TRANZLATY
Language is for everyone
ภาษาเป็นสิ่งที่ทุกคนต้องการ

The Little Mermaid
นางเงือกน้อย

Hans Christian Andersen
ฮันส์ คริสเตียน แอนเดอร์เซ่น

English / ไทย

Copyright © 2023 Tranzlaty
All rights reserved.
Published by Tranzlaty
ISBN: 978-1-83566-942-6
Original text by Hans Christian Andersen
Den Lille Havfrue
First published in Danish in 1837
www.tranzlaty.com

The Sea King's Palace
พระราชวังซีราชา

Far out in the ocean, where the water is blue
ไกลออกไปในมหาสมุทรที่น้ำเป็นสีฟ้า
here the water is as blue as the prettiest cornflower
ที่นี่น้ำเป็นสีฟ้าเหมือนดอกคอร์นฟลาวเวอร์ที่สวยที่สุด
and the water is as clear as the purest crystal
และน้ำก็ใสสะอาดดุจดั่งแก้วอันบริสุทธิ์ที่สุด
this water, far out in the ocean is very, very deep
น้ำนี้ซึ่งอยู่ไกลออกไปในมหาสมุทรนั้นลึกมาก
water so deep, indeed, that no cable could reach the bottom
น้ำลึกมากจนสายเคเบิลไม่สามารถไปถึงก้นน้ำได้
you could pile many church steeples upon each other
คุณสามารถวางยอดแหลมของโบสถ์หลายๆ ยอดทับกันได้
but all the churches could not reach the surface of the water
แต่โบสถ์ทั้งหมดไม่สามารถไปถึงผิวน้ำได้
There dwell the Sea King and his subjects
มีราชาแห่งท้องทะเลและราษฎรของพระองค์อาศัยอยู่ที่นั่น
you might think it is just bare yellow sand at the bottom
คุณอาจคิดว่ามันเป็นเพียงทรายเหลืองเปล่าๆ ที่ด้านล่าง
but we must not imagine that there is nothing there
แต่เราไม่ควรจินตนาการว่าไม่มีอะไรอยู่ที่นั่น
on this sand grow the strangest flowers and plants
บนผืนทรายนี้เต็มไปด้วยดอกไม้และพืชที่แปลกประหลาดที่สุด
and you can't imagine how pliant the leaves and stems are

และคุณไม่สามารถจินตนาการได้ว่าใบและลำต้นจะอ่อนไหวขนาดไหน

the slightest agitation of the water causes the leaves to stir
การกวนน้ำเพียงเล็กน้อยก็ทำให้ใบไม้ขยับได้

it is as if each leaf had a life of its own
เหมือนกับว่าใบไม้แต่ละใบมีชีวิตเป็นของตัวเอง

Fishes, both large and small, glide between the branches
ปลาทั้งเล็กทั้งใหญ่แหวกว่ายไปมาระหว่างกิ่งไม้

just like when birds fly among the trees here upon land
เหมือนกับเมื่อนกบินไปมาบนต้นไม้บนแผ่นดินนี้

In the deepest spot of all stands a beautiful castle
ในจุดที่ลึกที่สุดมีปราสาทที่สวยงามตั้งอยู่

this beautiful castle is the castle of the Sea King
ปราสาทอันสวยงามแห่งนี้เป็นปราสาทของราชาแห่งท้องทะเล

the walls of the castle are built of coral
กำแพงปราสาทสร้างด้วยปะการัง

and the long Gothic windows are of the clearest amber
และหน้าต่างกอธิคยาวๆ นั้นมีสีเหลืองอำพันที่ใสที่สุด

The roof of the castle is formed of sea shells
หลังคาปราสาททำด้วยเปลือกหอย

and the shells open and close as the water flows over them
และเปลือกหอยจะเปิดและปิดตามน้ำที่ไหลผ่าน

Their appearance is more beautiful than can be described
รูปร่างหน้าตาของพวกเขางดงามเกินกว่าจะบรรยายได้

within each shell there lies a glittering pearl
ในแต่ละเปลือกหอยมีไข่มุกแวววาวอยู่

and each pearl would be fit for the diadem of a queen
และไข่มุกแต่ละเม็ดก็จะเหมาะกับมงกุฎของราชินี

The Sea King had been a widower for many years
ราชาแห่งท้องทะเลเป็นหม้ายมานานหลายปี
and his aged mother looked after the household for him
และแม่แก่ของเขาก็ดูแลบ้านแทนเขา
She was a very sensible woman
เธอเป็นผู้หญิงที่ฉลาดมาก
but she was exceedingly proud of her royal birth
แต่เธอก็ภูมิใจกับการเกิดเป็นราชวงศ์ของเธอมาก
and on that account she wore twelve oysters on her tail
และด้วยเหตุนี้เธอจึงสวมหอยนางรมสิบสองตัวไว้ที่หางของเธอ
others of high rank were only allowed to wear six oysters
ส่วนคนที่มีตำแหน่งสูงก็ได้รับอนุญาตให้สวมหอยนางรมได้เพียง 6 ตัวเท่านั้น
She was, however, deserving of very great praise
อย่างไรก็ตาม เธอสมควรได้รับคำยกย่องสรรเสริญอย่างยิ่ง
there was something she especially deserved praise for
มีสิ่งหนึ่งที่เธอสมควรได้รับคำชมเป็นพิเศษ
she took great care of the little sea princesses
เธอเอาใจใส่ดูแลเจ้าหญิงน้อยแห่งท้องทะเลเป็นอย่างดี
she had six granddaughters that she loved
เธอมีหลานสาวหกคนที่เธอรัก
all the sea princesses were beautiful children
เจ้าหญิงแห่งท้องทะเลทุกคนล้วนเป็นเด็กที่สวยงาม
but the youngest sea princess was the prettiest of them

แต่เจ้าหญิงแห่งท้องทะเลที่อายุน้อยที่สุดกลับเป็นคนที่สวยที่สุดใน
บรรดาพวกเขา
Her skin was as clear and delicate as a rose leaf
ผิวของเธอใสและละเอียดอ่อนราวกับใบกุหลาบ
and her eyes were as blue as the deepest sea
และดวงตาของเธอเป็นสีฟ้าเหมือนท้องทะเลที่ลึกที่สุด
but, like all the others, she had no feet
แต่เช่นเดียวกับคนอื่นๆ เธอไม่มีเท้า
and at the end of her body was a fish's tail
และปลายลำตัวมีหางเป็นปลา

All day long they played in the great halls of the castle
พวกเขาเล่นกันในห้องโถงใหญ่ของปราสาทตลอดทั้งวัน
out of the walls of the castle grew beautiful flowers
จากกำแพงปราสาทมีดอกไม้สวยงามขึ้น
and she loved to play among the living flowers
และเธอชอบเล่นท่ามกลางดอกไม้มีชีวิต
The large amber windows were open, and the fish swam in
หน้าต่างสีเหลืองอำพันบานใหญ่เปิดอยู่ และมีปลาว่ายเข้ามา
it is just like when we leave the windows open
มันก็เหมือนกับตอนที่เราทิ้งหน้าต่างเปิดไว้
and then the pretty swallows fly into our houses
แล้วนกนางแอ่นแสนสวยก็บินเข้ามาในบ้านของเรา
only the fishes swam up to the princesses
มีแต่ปลาเท่านั้นที่ว่ายเข้าไปหาเจ้าหญิง
they were the only ones that ate out of her hands
พวกเขาคือคนเดียวที่กินอาหารจากมือของเธอ

and they allowed themselves to be stroked by her
และพวกเขาก็ยอมให้เธอลูบไล้ตัวเอง

Outside the castle there was a beautiful garden
นอกปราสาทมีสวนที่สวยงาม
in the garden grew bright-red and dark-blue flowers
ในสวนมีดอกไม้สีแดงสดและสีน้ำเงินเข้ม
and there grew blossoms like flames of fire
และมีดอกไม้บานสะพรั่งเหมือนเปลวไฟ
the fruit on the plants glittered like gold
ผลไม้บนต้นไม้แวววาวราวกับทองคำ
and the leaves and stems continually waved to and fro
และใบและก้านก็พลิ้วไหวไปมาอยู่ตลอดเวลา
The earth on the ground was the finest sand
แผ่นดินบนพื้นดินเป็นทรายที่ละเอียดที่สุด
but this sand does not have the colour of the sand we know
แต่ทรายนี้ไม่ได้มีสีเหมือนทรายที่เรารู้จัก
this sand is as blue as the flame of burning sulphur
ทรายนี้สีฟ้าเหมือนเปลวไฟของกำมะถันที่กำลังลุกไหม้
Over everything lay a peculiar blue radiance
เหนือทุกสิ่งมีแสงสีน้ำเงินอันแปลกประหลาด
it is as if the blue sky were everywhere
เหมือนกับว่ามีท้องฟ้าสีฟ้าอยู่ทุกหนทุกแห่ง
the blue of the sky was above and below
สีฟ้าของท้องฟ้านั้นอยู่ทั้งด้านบนและด้านล่าง
In calm weather the sun could be seen
ในอากาศสงบสามารถมองเห็นดวงอาทิตย์ได้
from here the sun looked like a reddish-purple flower

จากตรงนี้พระอาทิตย์ดูเหมือนดอกไม้สีม่วงแดง
and the light streamed from the calyx of the flower
และแสงส่องมาจากกลีบดอก

the palace garden was divided into several parts
สวนพระราชวังถูกแบ่งออกเป็นหลายส่วน
Each of the princesses had their own little plot of ground
เจ้าหญิงแต่ละองค์ต่างก็มีที่ดินแปลงเล็ก ๆ ของตนเอง
on this plot they could plant whatever flowers they pleased
ในแปลงนี้พวกเขาสามารถปลูกดอกไม้อะไรก็ได้ตามต้องการ
one princess arranged her flower bed in the form of a whale
เจ้าหญิงพระองค์หนึ่งทรงจัดแปลงดอกไม้ให้เป็นรูปปลาวาฬ
one princess arranged her flowers like a little mermaid
เจ้าหญิงองค์หนึ่งจัดดอกไม้ของเธอเหมือนนางเงือกน้อย
and the youngest child made her garden round, like the sun
และลูกคนเล็กก็ทำสวนของเธอให้กลมเหมือนดวงอาทิตย์
and in her garden grew beautiful red flowers
และในสวนของเธอก็มีดอกไม้สีแดงสวยงามขึ้น
these flowers were as red as the rays of the sunset
ดอกไม้เหล่านี้มีสีแดงเหมือนแสงของพระอาทิตย์ตก

She was a strange child; quiet and thoughtful
เธอเป็นเด็กที่แปลก เงียบและรอบคอบ
her sisters showed delight at the wonderful things
พี่สาวของเธอแสดงความยินดีกับสิ่งที่น่าอัศจรรย์
the things they obtained from the wrecks of vessels
สิ่งของที่พวกเขาได้รับจากซากเรือ

but she cared only for her pretty red flowers
แต่เธอสนใจแต่ดอกไม้สีแดงอันสวยงามของเธอเท่านั้น
although there was also a beautiful marble statue
แม้ว่าจะมีรูปปั้นหินอ่อนที่สวยงามอยู่ด้วย
the statue was the representation of a handsome boy
รูปปั้นนี้เป็นตัวแทนของเด็กหนุ่มรูปหล่อคนหนึ่ง
the boy had been carved out of pure white stone
เด็กชายถูกแกะสลักจากหินสีขาวบริสุทธิ์
and the statue had fallen to the bottom of the sea from a wreck
และรูปปั้นได้ตกลงสู่ก้นทะเลจากซากเรือ
for this marble statue of a boy she cared about too
สำหรับรูปปั้นหินอ่อนของเด็กชายที่เธอห่วงใยเช่นกัน

She planted, by the statue, a rose-colored weeping willow
เธอปลูกต้นหลิวสีชมพูไว้ข้างรูปปั้น
and soon the weeping willow hung its fresh branches over the statue
และในไม่ช้า ต้นหลิวร้องไห้ก็ห้อยกิ่งก้านสดลงมาเหนือรูปปั้น
the branches almost reached down to the blue sands
กิ่งก้านเกือบถึงผืนทรายสีฟ้า
The shadows of the tree had the color of violet
เงาของต้นไม้มีสีเหมือนสีม่วง
and the shadows waved to and fro like the branches
และเงาก็โบกไปมาเหมือนกิ่งไม้
all of this created the most interesting illusion
ทั้งหมดนี้สร้างภาพลวงตาที่น่าสนใจที่สุด
it was as if the crown of the tree and the roots were playing

เหมือนกับว่ามงกุฎของต้นไม้และรากกำลังเล่นอยู่
it looked as if they were trying to kiss each other
ดูเหมือนพวกเขากำลังพยายามจูบกัน

her greatest pleasure was hearing about the world above
ความสุขที่ยิ่งใหญ่ที่สุดของเธอคือการได้ยินเรื่องราวเกี่ยวกับโลกเบื้องบน
the world above the deep sea she lived in
โลกเหนือท้องทะเลลึกที่เธออาศัยอยู่
She made her old grandmother tell her all about the upper world
เธอให้คุณยายของเธอเล่าเรื่องราวในโลกเบื้องบนให้เธอฟัง
the ships and the towns, the people and the animals
เรือและเมือง ผู้คนและสัตว์
up there the flowers of the land had fragrance
ที่นั่นดอกไม้บนแผ่นดินมีกลิ่นหอม
the flowers below the sea had no fragrance
ดอกไม้ใต้ท้องทะเลไม่มีกลิ่นหอม
up there the trees of the forest were green
ข้างบนนั้นมีต้นไม้ในป่าเขียวขจี
and the fishes in the trees could sing beautifully
และปลาบนต้นไม้ก็ร้องเพลงได้ไพเราะ
up there it was a pleasure to listen to the fish
ขึ้นไปก็ได้ยินเสียงปลาเพลินๆ
her grandmother called the birds fishes
ยายของเธอเรียกนกว่าปลา
else the little mermaid would not have understood

ไม่เช่นนั้นนางเงือกน้อยก็คงไม่เข้าใจ
because the little mermaid had never seen birds
เพราะนางเงือกน้อยไม่เคยเห็นนก

her grandmother told her about the rites of mermaids
คุณยายของเธอเล่าให้เธอฟังเกี่ยวกับพิธีกรรมของนางเงือก
"one day you will reach your fifteenth year"
"วันหนึ่งคุณจะมีอายุครบสิบห้าปี"
"then you will have permission to go to the surface"
"แล้วคุณจะได้รับอนุญาตให้ขึ้นสู่ผิวน้ำได้"
"you will be able to sit on the rocks in the moonlight"
"คุณจะได้นั่งบนโขดหินท่ามกลางแสงจันทร์"
"and you will see the great ships go sailing by"
"แล้วท่านจะได้เห็นเรือใหญ่แล่นผ่านไป"
"Then you will see forests and towns and the people"
"แล้วท่านจะเห็นป่าและเมืองและผู้คน"

the following year one of the sisters was going to be fifteen
ในปีถัดมา น้องสาวคนหนึ่งจะอายุครบสิบห้าปี
but each sister was a year younger than the other
แต่พี่สาวแต่ละคนก็อายุน้อยกว่าอีกคนปีหนึ่ง
the youngest sister was going to have to wait five years before her turn
น้องสาวคนเล็กต้องรอถึงห้าปีถึงจะถึงคิวเธอ
only then could she rise up from the bottom of the ocean
เมื่อนั้นเธอจึงสามารถขึ้นมาจากก้นมหาสมุทรได้
and only then could she see the earth as we do

แล้วเธอจึงจะได้เห็นโลกเช่นเดียวกับเรา
However, each of the sisters made each other a promise
อย่างไรก็ตามพี่น้องแต่ละคนก็ให้คำสัญญาต่อกัน
they were going to tell the others what they had seen
พวกเขาจะไปบอกคนอื่นว่าพวกเขาเห็นอะไร
Their grandmother could not tell them enough
คุณยายของพวกเขาไม่สามารถบอกพวกเขาได้มากพอ
there were so many things they wanted to know about
มีเรื่องมากมายที่พวกเขาอยากรู้เกี่ยวกับ

the youngest sister longed for her turn the most
น้องสาวคนเล็กเฝ้ารอถึงคราวของเธอมากที่สุด
but, she had to wait longer than all the others
แต่เธอต้องรอนานกว่าคนอื่น
and she was so quiet and thoughtful about the world
และเธอเป็นคนเงียบและคิดถึงโลกมาก
there were many nights where she stood by the open window
มีหลายคืนที่เธอยืนอยู่ข้างหน้าต่างที่เปิดอยู่
and she looked up through the dark blue water
และเธอมองขึ้นไปผ่านน้ำสีน้ำเงินเข้ม
and she watched the fish as they splashed with their fins
และเธอเฝ้าดูปลาที่กระเซ็นครีบไปมา
She could see the moon and stars shining faintly
เธอมองเห็นพระจันทร์และดวงดาวส่องแสงสลัวๆ
but from deep below the water these things look different
แต่จากใต้ท้องน้ำลึกสิ่งเหล่านี้ดูแตกต่างออกไป
the moon and stars looked larger than they do to our eyes

ดวงจันทร์และดวงดาวดูใหญ่กว่าที่ตาเรามองเห็น
sometimes, something like a black cloud went past
บางทีมีบางอย่างเหมือนเมฆดำลอยผ่านไป
she knew that it could be a whale swimming over her head
เธอรู้ว่ามันอาจเป็นปลาวาฬที่ว่ายอยู่เหนือหัวเธอ
or it could be a ship, full of human beings
หรืออาจจะเป็นเรือที่เต็มไปด้วยมนุษย์
human beings who couldn't imagine what was under them
มนุษย์ที่ไม่สามารถจินตนาการได้ว่ามีอะไรอยู่ใต้ร่างของพวกเขา
a pretty little mermaid holding out her white hands
นางเงือกน้อยน่ารักกำลังยื่นมือสีขาวของเธอออกมา
a pretty little mermaid reaching towards their ship
นางเงือกน้อยน่ารักกำลังเอื้อมมือไปหาเรือของพวกเขา

The Little Mermaid's Sisters
น้องสาวของนางเงือกน้อย

The day came when the eldest mermaid had her fifteenth birthday
วันหนึ่งนางเงือกคนโตมีอายุครบ 15 ปี
now she was allowed to rise to the surface of the ocean
ตอนนี้เธอได้รับอนุญาตให้ขึ้นมายังผิวน้ำแล้ว
and that night she swum up to the surface
และคืนนั้นนางก็ว่ายขึ้นมายังผิวน้ำ
you can imagine all the things she saw up there
คุณคงจินตนาการถึงสิ่งต่างๆ ที่เธอเห็นที่นั่นได้
and you can imagine all the things she had to talk about
และคุณคงจินตนาการได้ว่าเธอต้องพูดถึงเรื่องต่างๆ มากมาย
But the finest thing, she said, was to lie on a sand bank
แต่สิ่งที่ดีที่สุดเธอกล่าวคือการนอนบนเนินทราย
in the quiet moonlit sea, near the shore
ในทะเลอันเงียบสงบที่มีแสงจันทร์ส่องใกล้ชายฝั่ง
from there she had gazed at the lights on the land
จากนั้นนางก็จ้องมองดูแสงไฟบนผืนดิน
they were the lights of the near-by town
พวกเขาคือแสงไฟของเมืองใกล้เคียง
the lights had twinkled like hundreds of stars
แสงไฟระยิบระยับเหมือนดวงดาวนับร้อยดวง
she had listened to the sounds of music from the town
เธอฟังเสียงดนตรีจากเมือง
she had heard noise of carriages drawn by their horses
เธอได้ยินเสียงรถม้าที่ลากโดยม้าของพวกเขา

and she had heard the voices of human beings
และเธอก็ได้ยินเสียงของมนุษย์
and the had heard merry pealing of the bells
และได้ยินเสียงระฆังดังสนุกสนาน
the bells ringing in the church steeples
เสียงระฆังดังก้องอยู่บนยอดโบสถ์
but she could not go near all these wonderful things
แต่เธอไม่สามารถเข้าใกล้สิ่งมหัศจรรย์เหล่านี้ได้
so she longed for these wonderful things all the more
นางจึงปรารถนาถึงสิ่งวิเศษเหล่านี้มากยิ่งขึ้น

you can imagine how eagerly the youngest sister listened
คุณคงนึกภาพออกว่าน้องสาวคนเล็กตั้งใจฟังขนาดไหน
the descriptions of the upper world were like a dream
คำอธิบายของโลกเบื้องบนก็เหมือนความฝัน
afterwards she stood at the open window of her room
แล้วเธอก็ยืนอยู่ที่หน้าต่างห้องของเธอที่เปิดอยู่
and she looked to the surface, through the dark-blue water
และเธอมองดูผิวน้ำผ่านน้ำสีน้ำเงินเข้ม
she thought of the great city her sister had told her of
เธอคิดถึงเมืองใหญ่ที่พี่สาวเล่าให้เธอฟัง
the great city with all its bustle and noise
เมืองใหญ่ที่เต็มไปด้วยความพลุกพล่านและเสียงดัง
she even fancied she could hear the sound of the bells
เธอถึงกับคิดว่าตัวเองได้ยินเสียงระฆังด้วยซ้ำ
she imagined the sound of the bells carried to the depths of the sea
เธอจินตนาการถึงเสียงระฆังที่ดังไปถึงใต้ท้องทะเล

after another year the second sister had her birthday
หลังจากผ่านไปอีกปีหนึ่งน้องสาวคนที่สองก็ถึงวันเกิดของเธอ
she too received permission to swim up to the surface
เธอได้รับอนุญาตให้ว่ายน้ำขึ้นมาบนผิวน้ำด้วย
and from there she could swim about where she pleased
และจากที่นั่นนางก็สามารถว่ายน้ำไปได้ตามที่นางต้องการ
She had gone to the surface just as the sun was setting
เธอได้ลงไปถึงผิวน้ำพอดีตอนที่พระอาทิตย์กำลังจะตก
this, she said, was the most beautiful sight of all
เธอกล่าวว่านี่คือภาพที่งดงามที่สุด
The whole sky looked like a disk of pure gold
ท้องฟ้าทั้งหมดดูเหมือนแผ่นทองคำบริสุทธิ์
and there were violet and rose-colored clouds
และมีเมฆสีม่วงและสีชมพู
they were too beautiful to describe, she said
มันสวยงามเกินกว่าจะบรรยายได้ เธอกล่าว
and she said how the clouds drifted across the sky
และเธอเล่าว่าเมฆลอยข้ามท้องฟ้าอย่างไร
and something had flown by more swiftly than the clouds
และมีสิ่งหนึ่งบินผ่านไปอย่างรวดเร็วยิ่งกว่าเมฆ
a large flock of wild swans flew toward the setting sun
ฝูงหงส์ป่าขนาดใหญ่บินไปทางดวงอาทิตย์ตก
the swans had been like a long white veil across the sea
หงส์เป็นเหมือนผ้าคลุมสีขาวยาวขวางทะเล
She had also tried to swim towards the sun
เธอยังพยายามว่ายน้ำเข้าหาดวงอาทิตย์ด้วย
but some distance away the sun sank into the waves

แต่ไกลออกไปดวงอาทิตย์ก็ลับขอบฟ้าไป
she saw how the rosy tints faded from the clouds
เธอเห็นว่าสีชมพูจางลงจากเมฆ
and she saw how the colour had also faded from the sea
และนางก็เห็นว่าสีของน้ำทะเลก็จางลงด้วย

the next year it was the third sister's turn
ปีต่อไปก็ถึงคราวของน้องสาวคนที่สาม
this sister was the most daring of all the sisters
น้องสาวคนนี้เป็นคนที่กล้าหาญที่สุดในบรรดาพี่น้องทั้งหมด
she swam up a broad river that emptied into the sea
เธอว่ายน้ำขึ้นไปตามแม่น้ำกว้างที่ไหลลงสู่ทะเล
On the banks of the river she saw green hills
ริมฝั่งแม่น้ำเธอเห็นเนินเขาเขียวขจี
the green hills were covered with beautiful vines
เนินเขาสีเขียวปกคลุมไปด้วยเถาวัลย์ที่สวยงาม
and on the hills there were forests of trees
และบนเนินเขาก็มีป่าไม้
and out of the forests palaces and castles poked out
และพระราชวังและปราสาทโผล่ออกมาจากป่า
She had heard birds singing in the trees
เธอได้ยินเสียงนกร้องอยู่บนต้นไม้
and she had felt the rays of the sun on her skin
และเธอก็รู้สึกถึงแสงแดดบนผิวหนังของเธอ
the rays were so strong that she had to dive back
รังสีแรงมากจนเธอต้องดำน้ำกลับ
and she cooled her burning face in the cool water

และเธอก็เอาใบหน้าที่ร้อนผ่าวของเธอไปแช่ในน้ำเย็น
In a narrow creek she found a group of little children
ในลำธารแคบๆ เธอพบกลุ่มเด็กเล็ก
they were the first human children she had ever seen
พวกเขาเป็นเด็กมนุษย์กลุ่มแรกที่เธอเคยเห็น
She wanted to play with the children too
เธออยากเล่นกับเด็กๆด้วย
but the children fled from her in a great fright
แต่พวกเด็กๆ ก็วิ่งหนีเธอไปด้วยความตกใจกลัวอย่างยิ่ง
and then a little black animal came to the water
แล้วสัตว์สีดำตัวเล็กก็มาที่น้ำ
it was a dog, but she did not know it was a dog
มันเป็นสุนัข แต่เธอไม่รู้ว่ามันเป็นสุนัข
because she had never seen a dog before
เพราะเธอไม่เคยเห็นสุนัขมาก่อน
and the dog barked at the mermaid furiously
และสุนัขก็เห่านางเงือกอย่างดุร้าย
she became frightened and rushed back to the open sea
นางตกใจรีบวิ่งกลับลงทะเลไป
But she said she should never forget the beautiful forest
แต่เธอบอกว่าเธอไม่ควรลืมป่าที่สวยงาม
the green hills and the pretty children
เนินเขาสีเขียวและเด็กๆ ที่น่ารัก
she found it exceptionally funny how they swam
เธอพบว่ามันตลกมากที่พวกเขาว่ายน้ำ
because the little human children didn't have tails
เพราะเด็กน้อยมนุษย์ไม่มีหาง
so with their little legs they kicked the water

พวกมันก็เลยใช้ขาเล็กๆ ของมันเตะน้ำ

The fourth sister was more timid than the last
น้องสาวคนที่สี่ขี้อายกว่าคนที่แล้ว
She had decided to stay in the midst of the sea
เธอได้ตัดสินใจอยู่กลางทะเล
but she said it was as beautiful there as nearer the land
แต่เธอบอกว่าที่นั่นสวยงามมากเท่ากับที่อยู่ใกล้แผ่นดิน
from the surface she could see many miles around her
จากพื้นผิวเธอสามารถมองเห็นได้หลายไมล์รอบ ๆ ตัวเธอ
the sky above her looked like a bell of glass
ท้องฟ้าเหนือเธอดูเหมือนระฆังแก้ว
and she had seen the ships sail by
และเธอได้เห็นเรือแล่นผ่านไป
but the ships were at a very great distance from her
แต่เรือก็อยู่ห่างจากเธอมาก
and, with their sails, the ships looked like sea gulls
และเรือมีใบเรือเหมือนนกนางนวล
she saw how the dolphins played in the waves
เธอเห็นว่าปลาโลมาเล่นน้ำในคลื่น
and great whales spouted water from their nostrils
และปลาวาฬตัวใหญ่ก็พ่นน้ำออกมาจากจมูก
like a hundred fountains all playing together
ราวกับน้ำพุร้อยแห่งที่เล่นน้ำกันอย่างพร้อมเพรียงกัน

The fifth sister's birthday occurred in the winter
วันเกิดน้องสาวคนที่ห้าเกิดขึ้นในฤดูหนาว

so she saw things that the others had not seen
เธอจึงได้เห็นสิ่งที่คนอื่นไม่เห็น
at this time of the year the sea looked green
ช่วงนี้ของปีทะเลดูเป็นสีเขียว
large icebergs were floating on the green water
ภูเขาน้ำแข็งขนาดใหญ่ลอยอยู่บนน้ำสีเขียว
and each iceberg looked like a pearl, she said
และภูเขาน้ำแข็งแต่ละลูกก็ดูเหมือนไข่มุก เธอกล่าว
but they were larger and loftier than the churches
แต่ก็มีขนาดใหญ่และสูงกว่าโบสถ์
and they were of the most interesting shapes
และมีรูปร่างที่น่าสนใจที่สุด
and each iceberg glittered like diamonds
และภูเขาน้ำแข็งแต่ละลูกก็แวววาวราวกับเพชร
She had seated herself on one of the icebergs
เธอได้นั่งลงบนภูเขาน้ำแข็งลูกหนึ่ง
and she let the wind play with her long hair
และเธอก็ปล่อยให้ลมเล่นกับผมยาวของเธอ
She noticed something interesting about the ships
เธอสังเกตเห็นบางสิ่งที่น่าสนใจเกี่ยวกับเรือ
all the ships sailed past the icebergs very rapidly
เรือทุกลำแล่นผ่านภูเขาน้ำแข็งไปอย่างรวดเร็ว
and they steered away as far as they could
และพวกเขาก็หันหนีไปไกลเท่าที่ทำได้
it was as if they were afraid of the iceberg
เหมือนกับว่าพวกเขากลัวภูเขาน้ำแข็ง
she stayed out at sea into the evening
เธออยู่กลางทะเลจนถึงเย็น

the sun went down and dark clouds covered the sky
พระอาทิตย์ลับขอบฟ้าแล้วและมีเมฆดำปกคลุมท้องฟ้า
the thunder rolled across the ocean of icebergs
ฟ้าร้องดังลั่นไปทั่วมหาสมุทรแห่งภูเขาน้ำแข็ง
and the flashes of lightning glowed red on the icebergs
และแสงวาบของฟ้าแลบก็เรืองแสงสีแดงบนภูเขาน้ำแข็ง
and the icebergs were tossed about by the heaving sea
และภูเขาน้ำแข็งก็ถูกคลื่นทะเลซัดไปมา
the sails of all the ships were trembling with fear
ใบเรือทุกลำสั่นไหวด้วยความกลัว
and the mermaid sat calmly on the floating iceberg
และนางเงือกก็นั่งอย่างสงบนิ่งอยู่บนภูเขาน้ำแข็งที่ลอยอยู่
and she watched the lightning strike into the sea
และเธอมองดูสายฟ้าฟาดลงสู่ทะเล

All of her five older sisters had grown up now
ตอนนี้พี่สาวทั้งห้าของเธอโตเป็นสาวกันหมดแล้ว
therefore they could go to the surface when they pleased
จึงสามารถขึ้นสู่ผิวน้ำได้เมื่อต้องการ
at first they were delighted with the surface world
ในตอนแรกพวกเขาพอใจกับโลกภายนอก
they couldn't get enough of the new and beautiful sights
พวกเขาไม่สามารถรับเพียงพอของสถานที่ใหม่และสวยงาม
but eventually they all grew indifferent towards the upper world
แต่ในที่สุดพวกเขาทั้งหมดก็เริ่มไม่สนใจโลกเบื้องบน
and after a month they didn't visit the surface world much at all anymore

และหลังจากผ่านไปหนึ่งเดือน
พวกเขาก็ไม่ได้ไปเยือนโลกภายนอกมากนักอีกต่อไป
they told their sister it was much more beautiful at home
พวกเขาบอกกับน้องสาวว่าที่บ้านสวยกว่ามาก

Yet often, in the evening hours, they did go up
แต่บ่อยครั้งในตอนเย็นพวกเขาก็ขึ้นไป
the five sisters twined their arms round each other
พี่สาวทั้งห้าโอบแขนกันไว้
and together, arm in arm, they rose to the surface
และพวกเขาก็ลุกขึ้นมาพร้อมกันโดยจับมือกัน
often they went up when there was a storm approaching
มักจะขึ้นไปเมื่อมีพายุใกล้เข้ามา
they feared that the storm might win a ship
พวกเขาเกรงว่าพายุอาจจะชนะเรือได้
so they swam to the vessel and sung to the sailors
พวกเขาจึงว่ายน้ำไปที่เรือและร้องเพลงให้ลูกเรือฟัง
Their voices were more charming than that of any human
เสียงของพวกเขาไพเราะยิ่งกว่าเสียงของมนุษย์คนใด
and they begged the voyagers not to fear if they sank
และขอร้องให้ผู้เดินทางไม่ต้องกลัวหากจะจมลง
because the depths of the sea was full of delights
เพราะท้องทะเลลึกเต็มไปด้วยความรื่นรมย์
But the sailors could not understand their songs
แต่ลูกเรือก็ไม่เข้าใจเพลงของพวกเขา
and they thought their singing was the sighing of the storm

และพวกเขาคิดว่าการร้องเพลงของพวกเขาคือเสียงถอนหายใจของพายุ

therefore their songs were never beautiful to the sailors
ดังนั้นเพลงของพวกเขาจึงไม่เคยไพเราะสำหรับชาวเรือเลย
because if the ship sank the men would drown
เพราะถ้าเรือล่มคนก็คงจมน้ำตาย
the dead gained nothing from the palace of the Sea King
คนตายไม่ได้รับอะไรจากพระราชวังของราชาแห่งท้องทะเล
but their youngest sister was left at the bottom of the sea
แต่พี่สาวคนเล็กของพวกเขาถูกทิ้งไว้ใต้ท้องทะเล
looking up at them, she was ready to cry
เมื่อมองดูพวกเขา เธอก็พร้อมที่จะร้องไห้
you should know mermaids have no tears that they can cry
คุณควรจะรู้ว่านางเงือกไม่มีน้ำตาที่สามารถร้องไห้ได้
so her pain and suffering was more acute than ours
ดังนั้นความเจ็บปวดและความทุกข์ทรมานของเธอจึงรุนแรงกว่าของเรา
"Oh, I wish I was also fifteen years old!" said she
"โอ้ ฉันอยากอายุสิบห้าเหมือนกัน!" เธอกล่าว
"I know that I shall love the world up there"
"ฉันรู้ว่าฉันจะรักโลกบนนั้น"
"and I shall love all the people who live in that world"
"และเราจะรักผู้คนทุกคนที่อาศัยอยู่ในโลกนั้น"

The Little Mermaid's Birthday
วันเกิดของนางเงือกน้อย

but, at last, she too reached her fifteenth birthday
แต่ในที่สุดเธอก็มีอายุครบสิบห้าปีเช่นกัน
"Well, now you are grown up," said her grandmother
"ตอนนี้คุณโตเป็นผู้ใหญ่แล้ว" คุณยายของเธอกล่าว
"Come, and let me adorn you like your sisters"
"มาเถิด ให้ฉันประดับคุณให้เหมือนพี่สาวของคุณ"
And she placed a wreath of white lilies in her hair
และนางก็เอาพวงมาลัยดอกลิลลี่สีขาวมาวางไว้บนผมของนาง
every petal of the lilies was half a pearl
กลีบดอกลิลลี่แต่ละกลีบมีครึ่งไข่มุก
Then, the old lady ordered eight great oysters to come
แล้วคุณหญิงชราก็สั่งหอยนางรมตัวใหญ่ๆ มาแปดตัว
the oysters attached themselves to the tail of the princess
หอยนางรมเกาะติดหางเจ้าหญิง
under the sea oysters are used to show your rank
หอยนางรมใต้ท้องทะเลใช้แสดงยศของคุณ
"But the oysters hurt me so," said the little mermaid
"แต่หอยนางรมทำให้ฉันเจ็บมาก" นางเงือกน้อยกล่าว
"Yes, I know oysters hurt," replied the old lady
"ใช่ ฉันรู้ว่าหอยนางรมทำร้าย" หญิงชราตอบ
"but you know very well that pride must suffer pain"
"แต่คุณรู้ดีว่าความเย่อหยิ่งต้องประสบกับความเจ็บปวด"
how gladly she would have shaken off all this grandeur
นางจะดีใจเพียงใดหากสลัดความยิ่งใหญ่ทั้งหมดนี้ทิ้งไป
she would have loved to lay aside the heavy wreath!

เธอคงอยากจะวางพวงหรีดหนักๆ นั้นลง!
she thought of the red flowers in her own garden
เธอคิดถึงดอกไม้สีแดงในสวนของเธอเอง
the red flowers would have suited her much better
ดอกไม้สีแดงจะเหมาะกับเธอมากกว่ามาก
But she could not change herself into something else
แต่เธอไม่สามารถเปลี่ยนแปลงตัวเองเป็นอย่างอื่นได้
so she said farewell to her grandmother and sisters
เธอจึงกล่าวคำอำลาคุณย่าและพี่สาวของเธอ
and, as lightly as a bubble, she rose to the surface
และเธอก็ลอยขึ้นมาบนผิวน้ำอย่างเบาเหมือนฟองสบู่

The sun had just set when she raised her head above the waves
พระอาทิตย์เพิ่งตกดินเมื่อเธอเงยหัวขึ้นเหนือคลื่น
The clouds were tinted with crimson and gold from the sunset
เมฆถูกย้อมไปด้วยสีแดงเข้มและสีทองจากพระอาทิตย์ตก
and through the glimmering twilight beamed the evening star
และแสงดาวยามเย็นส่องประกายผ่านแสงสนธยา
The sea was calm, and the sea air was mild and fresh
ทะเลสงบ อากาศทะเลก็อ่อนๆ สดชื่น
A large ship with three masts lay lay calmly on the water
เรือลำใหญ่มีเสาสามต้นวางนิ่งอยู่บนน้ำ
only one sail was set, for not a breeze stirred
ตั้งใบเรือไว้เพียงใบเดียว เพราะไม่มีลมพัดเลย
and the sailors sat idle on deck, or amidst the rigging

และลูกเรือก็นั่งเฉย ๆ บนดาดฟ้าหรือท่ามกลางเสากระโดงเรือ
There was music and songs on board of the ship
มีดนตรีและเพลงบนเรือ
as darkness came a hundred colored lanterns were lighted
เมื่อความมืดมาเยือน โคมหลากสีร้อยดวงก็ถูกจุดขึ้น
it was as if the flags of all nations waved in the air
ราวกับว่าธงของทุกชาติต่างโบกสะบัดอยู่กลางอากาศ

The little mermaid swam close to the cabin windows
นางเงือกน้อยว่ายน้ำเข้าไปใกล้หน้าต่างห้องโดยสาร
now and then the waves of the sea lifted her up
แล้วคลื่นทะเลก็ซัดเธอขึ้นมา
she could look in through the glass window-panes
เธอสามารถมองผ่านบานกระจกหน้าต่างได้
and she could see a number of curiously dressed people
และเธอเห็นผู้คนแต่งตัวประหลาดจำนวนหนึ่ง
Among the people she could see there was a young prince
ในบรรดาผู้คนที่เธอเห็นมีเจ้าชายหนุ่มคนหนึ่ง
the prince was the most beautiful of them all
เจ้าชายองค์นี้เป็นคนสวยที่สุดในบรรดาพวกเขา
she had never seen anyone with such beautiful eyes
เธอไม่เคยเห็นใครที่มีดวงตาสวยงามเช่นนี้มาก่อน
it was the celebration of his sixteenth birthday
มันเป็นการฉลองวันเกิดครบรอบ 16 ปีของเขา
The sailors were dancing on the deck of the ship
ลูกเรือกำลังเต้นรำอยู่บนดาดฟ้าเรือ
all cheered when the prince came out of the cabin

ทุกคนต่างดีใจเมื่อเจ้าชายออกมาจากกระท่อม
and more than a hundred rockets rose into the air
และจรวดกว่าร้อยลูกก็พุ่งขึ้นสู่ท้องฟ้า
for some time the fireworks made the sky as bright as day
สักพักดอกไม้ไฟก็ทำให้ท้องฟ้าสว่างไสวเหมือนกลางวัน
of course our young mermaid had never seen fireworks before
แน่นอนว่านางเงือกน้อยของเราไม่เคยเห็นดอกไม้ไฟมาก่อน
startled by all the noise, she went back under the water
ตกใจกับเสียงดังก็กลับลงไปใต้น้ำอีกครั้ง
but soon she again stretched out her head
แต่ไม่นานเธอก็ยืดหัวออกมาอีกครั้ง
it was as if all the stars of heaven were falling around her
ราวกับว่าดวงดาวบนสวรรค์ทั้งหมดกำลังตกลงมาอยู่รอบตัวเธอ
splendid fireflies flew up into the blue air
หิ่งห้อยแสนสวยบินขึ้นไปในอากาศสีฟ้า
and everything was reflected in the clear, calm sea
และทุกสิ่งก็สะท้อนออกมาในทะเลอันใสสงบ
The ship itself was brightly illuminated by all the light
เรือเองก็ได้รับแสงสว่างสดใสจากแสงไฟต่างๆ
she could see all the people and even the smallest rope
เธอสามารถมองเห็นผู้คนทั้งหมดและแม้แต่เชือกเส้นเล็กที่สุด
How handsome the young prince looked thanking his guests!
เจ้าชายหนุ่มดูหล่อมากเวลาขอบคุณแขกของเขา!
and the music resounded through the clear night air!
และเสียงดนตรีก็ดังก้องไปในอากาศยามค่ำคืนอันแจ่มใส!

the birthday celebrations lasted late into the night
การเฉลิมฉลองวันเกิดกินเวลานานจนดึกดื่น
but the little mermaid could not take her eyes from the ship
แต่นางเงือกน้อยไม่อาจละสายตาจากเรือได้
nor could she take her eyes from the beautiful prince
และเธอก็ไม่อาจละสายตาจากเจ้าชายผู้งดงามได้
The colored lanterns had now been extinguished
โคมไฟหลากสีก็ดับลงแล้ว
and there were no more rockets that rose into the air
และไม่มีจรวดที่พุ่งขึ้นสู่อากาศอีกต่อไป
the cannon of the ship had also ceased firing
ปืนใหญ่ของเรือก็หยุดยิงเช่นกัน
but now it was the sea that became restless
แต่บัดนี้ทะเลกลับกลายเป็นทะเลที่วุ่นวาย
a moaning, grumbling sound could be heard beneath the waves
ได้ยินเสียงครวญครางครวญครางอยู่ใต้คลื่น
and yet, the little mermaid remained by the cabin window
แต่ทว่านางเงือกน้อยก็ยังคงยืนอยู่ที่หน้าต่างห้องโดยสาร
she was rocking up and down on the water
เธอกำลังโยกตัวขึ้นลงบนน้ำ
so that she could keep looking into the ship
เพื่อจะได้มองดูเรือต่อไปได้
After a while the sails were quickly set
หลังจากนั้นไม่นานก็ตั้งใบเรือได้อย่างรวดเร็ว
and the ship went on her way back to port
และเรือก็ออกเดินทางกลับเข้าท่า

But soon the waves rose higher and higher
แต่ไม่นานคลื่นก็สูงขึ้นเรื่อยๆ
dark, heavy clouds darkened the night sky
เมฆดำหนาทึบปกคลุมท้องฟ้ายามค่ำคืน
and there appeared flashes of lightning in the distance
และมีฟ้าแลบแวบขึ้นในระยะไกล
not far away a dreadful storm was approaching
ไม่ไกลนักมีพายุร้ายแรงกำลังเข้ามา
Once more the sails were lowered against the wind
ใบเรือก็ถูกลดระดับลงต้านลมอีกครั้ง
and the great ship pursued her course over the raging sea
และเรือใหญ่ก็แล่นไปตามทางของมันเหนือท้องทะเลที่โหมกระหน่ำ
The waves rose as high as the mountains
คลื่นสูงเท่าภูเขา
one would have thought the waves were going to have the ship
คงจะคิดว่าคลื่นจะพัดเรือ
but the ship dived like a swan between the waves
แต่เรือก็ดำดิ่งลงไปเหมือนหงส์ท่ามกลางคลื่น
then she rose again on their lofty, foaming crests
แล้วเธอก็ลอยขึ้นไปบนยอดที่สูงและมีฟองอีกครั้ง
To the little mermaid this was pleasant to watch
สำหรับนางเงือกน้อยนี่เป็นเรื่องน่ายินดีที่ได้ดู
but it was not pleasant for the sailors
แต่ก็ไม่เป็นที่น่าพอใจสำหรับชาวเรือ
the ship made awful groaning and creaking sounds
เรือมีเสียงครวญครางและเสียงดังเอี๊ยดอ๊าดอันน่ากลัว

and the waves broke over the deck of the ship again and again

และคลื่นซัดเข้ามาท่วมดาดฟ้าเรือซ้ำแล้วซ้ำเล่า

the thick planks gave way under the lashing of the sea

แผ่นไม้หนาๆ พังทลายลงเพราะแรงกระแทกของน้ำทะเล

under the pressure the mainmast snapped asunder, like a reed

ภายใต้แรงกดดันเสาหลักหักออกจากกันเหมือนต้นกก

and, as the ship lay over on her side, the water rushed in

และเมื่อเรือเอียงข้าง น้ำก็ไหลเข้ามา

The little mermaid realized that the crew were in danger

นางเงือกน้อยตระหนักว่าลูกเรือกำลังตกอยู่ในอันตราย

her own situation wasn't without danger either

สถานการณ์ของตัวเธอเองก็ไม่ปลอดภัยเช่นกัน

she had to avoid the beams and planks scattered in the water

เธอต้องหลบคานและไม้กระดานที่กระจัดกระจายอยู่ในน้ำ

for a moment everything turned into complete darkness

ชั่วขณะหนึ่งทุกสิ่งก็มืดลงโดยสมบูรณ์

and the little mermaid could not see where she was

และนางเงือกน้อยก็มองไม่เห็นว่าเธออยู่ที่ไหน

but then a flash of lightning revealed the whole scene

แต่ทันใดนั้นก็มีแสงฟ้าแลบเผยให้เห็นฉากทั้งหมด

she could see everyone was still on board of the ship

เธอมองเห็นว่าทุกคนยังอยู่บนเรืออยู่

well, everyone was on board of the ship, except the prince

ทุกคนอยู่บนเรือยกเว้นเจ้าชาย

the ship continued on its path to the land

เรือยังคงเดินทางต่อไปยังแผ่นดิน
and she saw the prince sink into the deep waves
และเธอเห็นเจ้าชายจมลงไปในคลื่นลึก
for a moment this made her happier than it should have
ชั่วขณะหนึ่งสิ่งนี้ทำให้เธอมีความสุขมากกว่าที่ควรจะเป็น
now that he was in the sea she could be with him
ตอนนี้เขาอยู่ในทะเลแล้ว เธอจึงสามารถอยู่กับเขาได้
Then she remembered the limits of human beings
แล้วเธอก็ได้นึกถึงขอบเขตของมนุษย์
the people of the land cannot live in the water
ชาวแผ่นดินไม่อาจดำรงชีวิตอยู่ในน้ำได้
if he got to the palace he would already be dead
ถ้าถึงพระราชวังคงตายไปแล้ว
"No, he must not die!" she decided
"ไม่ เขาต้องไม่ตาย!" เธอตัดสินใจ
she forget any concern for her own safety
เธอลืมความกังวลถึงความปลอดภัยของตัวเองไป
and she swam through the beams and planks
และเธอก็ว่ายน้ำผ่านคานและไม้กระดาน
two beams could easily crush her to pieces
คานสองอันสามารถบดขยี้เธอเป็นชิ้นเล็กชิ้นน้อยได้อย่างง่ายดาย
she dove deep under the dark waters
เธอดำลึกลงไปใต้ผืนน้ำอันมืดมิด
everything rose and fell with the waves
ทุกสิ่งทุกอย่างขึ้นๆ ลงๆ ตามคลื่น
finally, she managed to reach the young prince
ในที่สุดเธอก็สามารถติดต่อเจ้าชายหนุ่มได้
he was fast losing the power to swim in the stormy sea

เขากำลังสูญเสียพลังในการว่ายน้ำในทะเลที่มีพายุอย่างรวดเร็ว
His limbs were starting to fail him
แขนขาของเขาเริ่มจะเสื่อมลง
and his beautiful eyes were closed
และดวงตาอันสวยงามของเขาถูกปิดลง
he would have died had the little mermaid not come
เขาคงจะตายถ้านางเงือกน้อยไม่มา
She held his head above the water
เธอยกหัวของเขาขึ้นเหนือน้ำ
and she let the waves carry them where they wanted
และเธอปล่อยให้คลื่นพาพวกเขาไปตามที่พวกเขาต้องการ

In the morning the storm had ceased
เมื่อเช้าพายุก็สงบลงแล้ว
but of the ship not a single fragment could be seen
แต่ไม่เห็นเศษซากเรือแม้แต่น้อย
The sun came up, red and shining, out of the water
ดวงอาทิตย์ขึ้นสีแดงส่องแสงออกมาจากน้ำ
the sun's beams had a healing effect on the prince
แสงอาทิตย์ส่องกระทบให้เจ้าชายได้รับผลการรักษา
the hue of health returned to the prince's cheeks
แก้มของเจ้าชายกลับมีสีสดใสอีกครั้ง
but despite the sun, his eyes remained closed
แต่ถึงแม้จะมีแดดดวงตาของเขาก็ยังคงปิดอยู่
The mermaid kissed his high, smooth forehead
นางเงือกจูบหน้าผากเรียบสูงของเขา
and she stroked back his wet hair

และเธอก็ลูบผมเปียกๆ ของเขาไปด้านหลัง
He seemed to her like the marble statue in her garden
เขาดูเหมือนรูปปั้นหินอ่อนในสวนของเธอ
so she kissed him again, and wished that he lived
เธอจึงจูบเขาอีกครั้งและหวังว่าเขาจะได้มีชีวิตอยู่

Presently, they came in sight of land
บัดนี้พวกเขาก็มาถึงแผ่นดินแล้ว
and she saw lofty blue mountains on the horizon
และเธอมองเห็นภูเขาสีน้ำเงินสูงตระหง่านอยู่บนขอบฟ้า
on top of the mountains the white snow rested
บนยอดเขามีหิมะขาวปกคลุม
as if a flock of swans were lying upon the mountains
เสมือนฝูงหงส์นอนอยู่บนภูเขา
Beautiful green forests were near the shore
ป่าไม้เขียวขจีสวยงามใกล้ชายฝั่ง
and close by there stood a large building
และใกล้ๆ กันก็มีอาคารขนาดใหญ่ตั้งอยู่
it could have been a church or a convent
อาจจะเป็นโบสถ์หรือสำนักสงฆ์ก็ได้
but she was still too far away to be sure
แต่เธอยังอยู่ไกลเกินไปจนไม่อาจแน่ใจได้
Orange and citron trees grew in the garden
ต้นส้มและมะนาวปลูกในสวน
and before the door stood lofty palms
และหน้าประตูมีต้นปาล์มสูงตระหง่านยืนอยู่
The sea here formed a little bay

ทะเลตรงนี้กลายเป็นอ่าวเล็กๆ
in the bay the water lay quiet and still
ในอ่าวน้ำนิ่งสงบ
but although the water was still, it was very deep
แต่ถึงแม้น้ำจะนิ่งแต่ก็ลึกมาก
She swam with the handsome prince to the beach
เธอว่ายน้ำกับเจ้าชายรูปงามไปที่ชายหาด
the beach was covered with fine white sand
ชายหาดถูกปกคลุมไปด้วยทรายขาวละเอียด
and on the sand she laid him in the warm sunshine
และเธอวางเขาไว้บนพื้นทรายท่ามกลางแสงแดดอันอบอุ่น
she took care to raise his head higher than his body
เธอพยายามยกหัวเขาให้สูงกว่าตัวของเขา
Then bells sounded from the large white building
จากนั้นก็มีเสียงระฆังดังขึ้นจากอาคารสีขาวขนาดใหญ่
some young girls came into the garden
เด็กสาวกลุ่มหนึ่งเดินเข้ามาในสวน
The little mermaid swam out farther from the shore
นางเงือกน้อยว่ายน้ำออกไปไกลจากฝั่ง
she hid herself among some high rocks in the water
เธอซ่อนตัวอยู่ท่ามกลางก้อนหินสูงในน้ำ
she covered her head and neck with the foam of the sea
เธอปกคลุมศีรษะและคอของเธอด้วยโฟมจากทะเล
and she watched to see what would become of the poor prince
และเธอเฝ้าดูว่าอะไรจะเกิดขึ้นกับเจ้าชายผู้น่าสงสาร

It was not long before she saw a young girl approach

ไม่นานนักเธอก็เห็นเด็กสาวคนหนึ่งเดินเข้ามา
the young girl seemed frightened, at first
เด็กสาวดูตกใจกลัวในตอนแรก
but her fear only lasted for a moment
แต่ความกลัวของเธอคงอยู่เพียงชั่วขณะเท่านั้น
then she brought over a number of people
แล้วเธอก็พาคนจำนวนหนึ่งมา
and the mermaid saw that the prince came to life again
และนางเงือกเห็นว่าเจ้าชายกลับมีชีวิตขึ้นมาอีกครั้ง
he smiled upon those who stood around him
เขายิ้มให้กับผู้ที่ยืนอยู่รอบ ๆ เขา
But to the little mermaid the prince sent no smile
แต่เจ้าชายกลับไม่ส่งรอยยิ้มให้กับนางเงือกน้อยเลย
he knew not that it was her who had saved him
เขาไม่รู้ว่าเป็นเธอที่ช่วยเขาไว้
This made the little mermaid very sorrowful
ทำให้นางเงือกน้อยเสียใจมาก
and then he was led away into the great building
แล้วเขาก็ถูกนำตัวไปยังอาคารใหญ่
and the little mermaid dived down into the water
และนางเงือกน้อยก็กระโดดลงไปในน้ำ
and she returned to her father's castle
และนางก็กลับไปยังปราสาทของบิดาของนาง

The Little Mermaid Longs for the Upper World
นางเงือกน้อยโหยหาโลกเบื้องบน

She had always been the most silent and thoughtful of the sisters
เธอมักเป็นน้องสาวที่เงียบและคิดถึงผู้อื่นมากที่สุดเสมอ
and now she was more silent and thoughtful than ever
และตอนนี้เธอก็เงียบและครุ่นคิดมากกว่าเดิม
Her sisters asked her what she had seen on her first visit
พี่สาวของเธอถามเธอว่าเธอเห็นอะไรในการมาเยือนครั้งแรกของเธอ
but she could tell them nothing of what she had seen
แต่เธอไม่สามารถบอกพวกเขาถึงสิ่งที่เธอเห็นได้เลย
Many an evening and morning she returned to the surface
เช้าเย็นหลายต่อหลายครั้งนางก็กลับขึ้นสู่ผิวน้ำ
and she went to the place where she had left the prince
แล้วนางก็ไปยังที่ซึ่งนางทิ้งเจ้าชายไว้
She saw the fruits in the garden ripen
เธอมองเห็นผลไม้ในสวนสุกงอม
and she watched the fruits gathered from their trees
และเธอเฝ้าดูผลไม้ที่เก็บจากต้นไม้ของพวกเขา
she watched the snow on the mountain tops melt away
เธอเฝ้าดูหิมะบนยอดเขาละลายหายไป
but on none of her visits did she see the prince again
แต่เธอไม่เคยได้พบเจ้าชายอีกเลยทุกครั้งที่ไปเยี่ยม
and therefore she always returned more sorrowful than when she left

และเพราะเหตุนี้เธอจึงกลับมาด้วยความเศร้าโศกมากกว่าตอนที่เธอจากไป

her only comfort was sitting in her own little garden
ความสบายใจเพียงอย่างเดียวของเธอคือการนั่งอยู่ในสวนเล็กๆ ของเธอเอง
she flung her arms around the beautiful marble statue
เธอเหวี่ยงแขนไปรอบๆ รูปปั้นหินอ่อนอันงดงาม
the statue which looked just like the prince
รูปปั้นซึ่งมีลักษณะเหมือนเจ้าชาย
She had given up tending to her flowers
เธอเลิกดูแลดอกไม้แล้ว
and her garden grew in wild confusion
และสวนของเธอเต็มไปด้วยความสับสนวุ่นวาย
they twinied the long leaves and stems of the flowers around the trees
พวกมันพันใบและก้านดอกยาวๆ ไว้รอบต้นไม้
so that the whole garden became dark and gloomy
จนทั้งสวนมืดมัวไปหมด

eventually she could bear the pain no longer
ในที่สุดเธอก็ไม่สามารถทนต่อความเจ็บปวดได้อีกต่อไป
and she told one of her sisters all that had happened
และเธอเล่าเรื่องที่เกิดขึ้นทั้งหมดให้พี่สาวของเธอฟัง
soon the other sisters heard the secret
ไม่นานน้องสาวคนอื่นก็ได้ยินความลับ
and very soon her secret became known to several maids

และในไม่ช้าความลับของเธอก็ถูกรู้โดยสาวใช้หลายคน
one of the maids had a friend who knew about the prince
สาวใช้คนหนึ่งมีเพื่อนที่รู้จักเรื่องของเจ้าชาย
She had also seen the festival on board the ship
เธอได้เห็นงานเทศกาลบนเรือด้วย
and she told them where the prince came from
แล้วเธอก็บอกพวกเขาว่าเจ้าชายมาจากไหน
and she told them where his palace stood
แล้วนางก็บอกเขาให้รู้ว่าพระราชวังของเขาตั้งอยู่ที่ใด

"Come, little sister," said the other princesses
"มาเถอะน้องสาว" เจ้าหญิงองค์อื่นๆ กล่าว
they entwined their arms and rose up together
พวกเขาโอบแขนกันและลุกขึ้นพร้อมกัน
they went near to where the prince's palace stood
พวกเขาเดินเข้าไปใกล้ที่ซึ่งพระราชวังของเจ้าชายตั้งอยู่
the palace was built of bright-yellow, shining stone
พระราชวังแห่งนี้สร้างขึ้นด้วยหินสีเหลืองสดใสแวววาว
and the palace had long flights of marble steps
และพระราชวังมีบันไดหินอ่อนยาว
one of the flights of steps reached down to the sea
บันไดขั้นหนึ่งที่ทอดลงสู่ทะเล
Splendid gilded cupolas rose over the roof
หลังคาโดมสีทองอร่ามตั้งตระหง่านอยู่เหนือหลังคา
the whole building was surrounded by pillars
อาคารทั้งหมดถูกล้อมรอบด้วยเสา
and between the pillars stood lifelike statues of marble

และระหว่างเสาทั้งสองมีรูปปั้นหินอ่อนที่ดูเหมือนจริง
they could see through the clear crystal of the windows
พวกเขาสามารถมองทะลุกระจกใสของหน้าต่างได้
and they could look into the noble rooms
และพวกเขาสามารถมองเข้าไปในห้องอันสูงส่งได้
costly silk curtains and tapestries hung from the ceiling
ม่านไหมราคาแพงและผ้าทอแขวนจากเพดาน
and the walls were covered with beautiful paintings
และผนังก็เต็มไปด้วยภาพวาดอันสวยงาม
In the centre of the largest salon was a fountain
ตรงกลางห้องโถงใหญ่ที่สุดมีน้ำพุ
the fountain threw its sparkling jets high up
น้ำพุพ่นละอองน้ำระยิบระยับขึ้นไปสูง
the water splashed onto the glass cupola of the ceiling
น้ำกระเซ็นใส่โดมกระจกบนเพดาน
and the sun shone in through the water
และพระอาทิตย์ก็ส่องผ่านน้ำมา
and the water splashed on the plants around the fountain
และน้ำก็กระเซ็นใส่ต้นไม้รอบน้ำพุ

Now the little mermaid knew where the prince lived
ตอนนี้นางเงือกน้อยรู้ว่าเจ้าชายอาศัยอยู่ที่ไหน
so she spent many a night in those waters
เธอจึงต้องนอนค้างคืนอยู่ในน้ำเหล่านั้นหลายคืน
she got more courageous than her sisters had been
เธอมีความกล้าหาญมากกว่าพี่สาวของเธอ
and she swam much nearer the shore than they had

และเธอว่ายน้ำเข้าใกล้ฝั่งมากกว่าพวกเขา
once she went up the narrow channel, under the marble balcony
ครั้งหนึ่งเธอเดินขึ้นไปตามช่องแคบใต้ระเบียงหินอ่อน
the balcony threw a broad shadow on the water
ระเบียงทอดเงาลงบนน้ำกว้าง
Here she sat and watched the young prince
นางนั่งดูเจ้าชายหนุ่มอยู่ตรงนี้
he, of course, thought he was alone in the bright moonlight
เขาคิดว่าเขาอยู่คนเดียวในแสงจันทร์อันสดใสแน่นอน

She often saw him in the evenings, sailing in a beautiful boat
เธอมักพบเขาในตอนเย็นๆ ล่องเรือใบสวย
music sounded from the boat and the flags waved
มีเสียงเพลงดังขึ้นจากเรือและธงก็โบกสะบัด
She peeped out from among the green rushes
เธอแอบมองออกมาจากท่ามกลางกกสีเขียว
at times the wind caught her long silvery-white veil
บางครั้งลมก็พัดเอาผ้าคลุมสีเงินยาวของเธอไป
those who saw her veil believed it to be a swan
ผู้ที่ได้เห็นผ้าคลุมของเธอเชื่อว่าเป็นหงส์
her veil had all the appearance of a swan spreading its wings
ผ้าคลุมของเธอมีรูปร่างเหมือนหงส์กำลังกางปีก

Many a night, too, she watched the fishermen set their nets
ในหลายคืน เธอก็เฝ้าดูชาวประมงวางอวน
they cast their nets in the light of their torches

พวกเขาทอดแหโดยใช้แสงคบเพลิง
and she heard them tell many good things about the prince
และเธอได้ยินพวกเขากล่าวถึงเรื่องดีๆ มากมายเกี่ยวกับเจ้าชาย
this made her glad that she had saved his life
ทำให้เธอดีใจที่ได้ช่วยชีวิตเขาไว้
when he was tossed around half dead on the waves
เมื่อเขาถูกโยนจนเกือบตายอยู่บนคลื่น
She remembered how his head had rested on her bosom
เธอจำได้ว่าศีรษะของเขาวางอยู่บนอกของเธอ
and she remembered how heartily she had kissed him
และเธอจำได้ว่าเธอจูบเขาอย่างจริงใจแค่ไหน
but he knew nothing of all that had happened
แต่เขาไม่รู้เรื่องอะไรเลยที่เกิดขึ้น
the young prince could not even dream of the little mermaid
เจ้าชายหนุ่มไม่อาจแม้แต่จะฝันถึงนางเงือกน้อย

She grew to like human beings more and more
เธอเริ่มชอบมนุษย์มากขึ้นเรื่อยๆ
she wished more and more to be able to wander their world
เธอปรารถนาที่จะได้เที่ยวไปในโลกของพวกเขามากยิ่งขึ้น
their world seemed to be so much larger than her own
โลกของพวกเขาดูเหมือนจะใหญ่กว่าโลกของเธอมาก
They could fly over the sea in ships
พวกเขาสามารถบินข้ามทะเลด้วยเรือได้
and they could mount the high hills far above the clouds
และพวกเขาสามารถขึ้นภูเขาสูงเหนือเมฆได้ไกล
in their lands they possessed woods and fields

ในดินแดนของพวกเขามีป่าไม้และทุ่งนา
the greenery stretched beyond the reach of her sight
ความเขียวขจีทอดยาวไกลเกินสายตาของเธอ
There was so much that she wished to know!
มีสิ่งที่เธออยากรู้มากมาย!
but her sisters were unable to answer all her questions
แต่พี่สาวของเธอไม่สามารถตอบคำถามของเธอได้ทั้งหมด
She then went to her old grandmother for answers
จากนั้นเธอจึงไปหาคุณยายของเธอเพื่อขอคำตอบ
her grandmother knew all about the upper world
ยายของเธอรู้เรื่องราวเกี่ยวกับโลกเบื้องบนทั้งหมด
she rightly called this world "the lands above the sea"
เธอเรียกโลกนี้ได้อย่างถูกต้องว่า "ดินแดนเหนือท้องทะเล"

"If human beings are not drowned, can they live forever?"
"ถ้ามนุษย์ไม่จมน้ำตาย จะสามารถมีชีวิตอยู่ได้ตลอดไปหรือไม่?"
"Do they never die, as we do here in the sea?"
"พวกเขาไม่เคยตายเหมือนที่เราทำกันในทะเลนี้เลยหรือ?"
"Yes, they die too," replied the old lady
"ใช่ พวกเขาก็ตายเหมือนกัน" หญิงชราตอบ
"like us, they must also die," added her grandmother
"พวกเขาก็ต้องตายเหมือนพวกเรา" คุณยายของเธอเสริม
"and their lives are even shorter than ours"
"และชีวิตของพวกเขายังสั้นกว่าของเราด้วยซ้ำ"
"We sometimes live for three hundred years"
"บางครั้งเรามีชีวิตอยู่ได้สามร้อยปี"
"but when we cease to exist here we become foam"

"แต่เมื่อเราหยุดอยู่ที่นี่ เราก็กลายเป็นฟอง"
"and we float on the surface of the water"
"และเราลอยอยู่บนผิวน้ำ"
"we do not have graves for those we love"
"เราไม่มีหลุมฝังศพให้กับคนที่เรารัก"
"and we have not immortal souls"
"และเราก็ไม่ได้มีวิญญาณอมตะ"
"after we die we shall never live again"
"เมื่อเราตายแล้ว เราจะไม่มีวันได้มีชีวิตอีกต่อไป"
"like the green seaweed, once it has been cut off"
"เหมือนสาหร่ายสีเขียวที่ถูกตัดทิ้งไปแล้ว"
"after we die, we can never flourish again"
"เมื่อเราตายไปแล้ว เราจะไม่สามารถเจริญรุ่งเรืองได้อีก"
"Human beings, on the contrary, have souls"
"มนุษย์กลับมีวิญญาณ"
"even after they're dead their souls live forever"
"แม้ว่าพวกเขาจะตายไปแล้ว
วิญญาณของพวกเขายังคงอยู่ตลอดไป"
"when we die our bodies turn to foam"
"เมื่อเราตาย ร่างกายของเราจะกลายเป็นฟอง"
"when they die their bodies turn to dust"
"เมื่อพวกเขาตาย ร่างกายของพวกเขาจะกลายเป็นฝุ่นผง"
"when we die we rise through the clear, blue water"
"เมื่อเราตาย เราจะลอยขึ้นมาจากน้ำสีฟ้าใส"
"when they die they rise up through the clear, pure air"
"เมื่อพวกเขาตาย พวกเขาก็ลุกขึ้นมาจากอากาศที่ใสบริสุทธิ์"
"when we die we float no further than the surface"

“เมื่อเราตาย เราก็ลอยไปได้ไม่ไกลเกินกว่าผิวน้ำ”

"but when they die they go beyond the glittering stars"

“แต่เมื่อพวกเขาตายลง พวกเขาก็ไปพ้นดวงดาวที่ส่องประกาย”

"we rise out of the water to the surface"

“เราขึ้นมาจากน้ำสู่ผิวน้ำ”

"and we behold all the land of the earth"

“และเราก็เห็นแผ่นดินทั้งสิ้นของโลก”

"they rise to unknown and glorious regions"

“พวกเขาขึ้นสู่ดินแดนที่ไม่รู้จักและรุ่งโรจน์”

"glorious and unknown regions which we shall never see"

“ดินแดนอันรุ่งโรจน์และไม่มีใครรู้จักซึ่งเราจะไม่มีวันได้เห็น”

the little mermaid mourned her lack of a soul

นางเงือกน้อยโศกเศร้าถึงการไร้วิญญาณของเธอ

"Why have not we immortal souls?" asked the little mermaid

“ทำไมเราถึงไม่มีวิญญาณอมตะ” นางเงือกน้อยถาม

"I would gladly give all the hundreds of years that I have"

“ฉันยินดีจะมอบเวลาทั้งหมดหลายร้อยปีที่ฉันมี”

"I would trade it all to be a human being for one day"

“ฉันยอมแลกทุกสิ่งทุกอย่างเพื่อเกิดเป็นมนุษย์เพียงวันเดียว”

"I can not imagine the hope of knowing such happiness"

“ฉันไม่สามารถจินตนาการถึงความหวังที่จะได้สัมผัสความสุขเช่นนี้ได้”

"the happiness of that glorious world above the stars"

“ความสุขของโลกอันรุ่งโรจน์เหนือดวงดาว”

"You must not think that way," said the old woman

“คุณไม่ควรคิดแบบนั้น” หญิงชรากล่าว

"We believe that we are much happier than the humans"

"เราเชื่อว่าเรามีความสุขมากกว่ามนุษย์มาก"
"and we believe we are much better off than human beings"
"และเราเชื่อว่าเราดีกว่ามนุษย์มาก"

"So I shall die," said the little mermaid
"ฉันก็ต้องตาย" นางเงือกน้อยกล่าว
"being the foam of the sea, I shall be washed about"
"เพราะเป็นฟองน้ำทะเล ข้าพเจ้าจะลอยไปมา"
"never again will I hear the music of the waves"
"ข้าพเจ้าจะไม่มีวันได้ยินเสียงดนตรีของคลื่นอีกต่อไป"
"never again will I see the pretty flowers"
"ฉันจะไม่มีวันได้เห็นดอกไม้สวยๆ เหล่านั้นอีกแล้ว"
"nor will I ever again see the red sun"
"และข้าพเจ้าจะไม่มีวันได้เห็นดวงอาทิตย์สีแดงอีกต่อไป"
"Is there anything I can do to win an immortal soul?"
"มีอะไรที่ฉันจะทำได้เพื่อชนะวิญญาณอมตะหรือไม่?"
"No," said the old woman, "unless..."
"ไม่" หญิงชรากล่าว "เว้นแต่ว่า..."
"there is just one way to gain a soul"
"มีเพียงวิธีเดียวที่จะได้วิญญาณมา"
"a man has to love you more than he loves his father and mother"
"ผู้ชายคนหนึ่งต้องรักคุณมากกว่าที่เขารักพ่อและแม่ของเขา"
"all his thoughts and love must be fixed upon you"
"ความคิดและความรักทั้งหมดของเขาจะต้องมุ่งไปที่คุณ"
"he has to promise to be true to you here and hereafter"
"เขาต้องสัญญาว่าจะซื่อสัตย์ต่อคุณทั้งในปัจจุบันและอนาคต"
"the priest has to place his right hand in yours"

"บาทหลวงต้องวางมือขวาของเขาไว้ในมือของคุณ"
"then your man's soul would glide into your body"
"แล้ววิญญาณของชายของคุณก็จะล่องลอยเข้าสู่ร่างกายของคุณ"
"you would get a share in the future happiness of mankind"
"คุณจะได้รับส่วนแบ่งความสุขในอนาคตของมนุษยชาติ"
"He would give to you a soul and retain his own as well"
"พระองค์จะทรงประทานวิญญาณแก่ท่านและทรงเก็บวิญญาณของพระองค์เองไว้ด้วย"
"but it is impossible for this to ever happen"
"แต่มันเป็นไปไม่ได้ที่สิ่งนี้จะเกิดขึ้น"
"Your fish's tail, among us, is considered beautiful"
"หางปลาของคุณถือว่าสวยงามในหมู่พวกเรา"
"but on earth your fish's tail is considered ugly"
"แต่หางปลาของคุณมันน่าเกลียดนะ"
"The humans do not know any better"
"มนุษย์ไม่รู้ดีกว่านี้"
"their standard of beauty is having two stout props"
"มาตรฐานความงามของพวกเขาคือการมีไม้ค้ำยันที่แข็งแรงสองอัน"
"these two stout props they call their legs"
"ไม้ค้ำยันสองอันที่แข็งแรงนี้เรียกว่าขา"
The little mermaid sighed at what appeared to be her destiny
นางเงือกน้อยถอนหายใจเมื่อเห็นว่าโชคชะตาของเธอเป็นเช่นไร
and she looked sorrowfully at her fish's tail
และนางก็มองดูหางปลาของนางด้วยความเศร้าโศก
"Let us be happy with what we have," said the old lady

“เราจงมีความสุขกับสิ่งที่เรามี” หญิงชรากล่าว

"let us dart and spring about for the three hundred years"

“ให้เราพุ่งและกระโจนไปตลอดสามร้อยปี”

"and three hundred years really is quite long enough"

“และสามร้อยปีนั้นก็ยาวนานพอแล้ว”

"After that we can rest ourselves all the better"

“หลังจากนั้นเราก็พักผ่อนกันต่อดีกว่า”

"This evening we are going to have a court ball"

“เย็นนี้เราจะมีงานเลี้ยงเต้นรำ”

It was one of those splendid sights we can never see on earth

มันเป็นภาพที่งดงามตระการตาที่เราไม่อาจพบเห็นได้บนโลก

the court ball took place in a large ballroom

บอลสนามจัดขึ้นในห้องบอลรูมขนาดใหญ่

The walls and the ceiling were of thick transparent crystal

ผนังและเพดานทำด้วยคริสตัลใสหนา

Many hundreds of colossal sea shells stood in rows on each side

เปลือกหอยขนาดยักษ์หลายร้อยตัวตั้งเรียงรายกันเป็นแถวอยู่ทั้งสองข้าง

some of the sea shells were deep red, others were grass green

เปลือกหอยบางชิ้นมีสีแดงเข้ม บางส่วนมีสีเขียวหญ้า

and each of the sea shells had a blue fire in it

และเปลือกหอยแต่ละอันก็มีเปลวไฟสีฟ้าอยู่ในนั้น

These fires lighted up the whole salon and the dancers

ไฟเหล่านี้ส่องสว่างไปทั่วร้านและนักเต้น

and the sea shells shone out through the walls

และเปลือกหอยก็เปล่งประกายออกมาจากผนัง
so that the sea was also illuminated by their light
เพื่อให้ทะเลได้รับแสงสว่างจากแสงของพวกเขาด้วย
Innumerable fishes, great and small, swam past
ปลาจำนวนนับไม่ถ้วนทั้งใหญ่และเล็กว่ายผ่านไป
some of the fishes scales glowed with a purple brilliance
เกล็ดปลาบางตัวเรืองแสงสีม่วง
and other fishes shone like silver and gold
และปลาอื่นๆก็มีประกายแวววาวเหมือนเงินและทอง
Through the halls flowed a broad stream
มีลำธารกว้างไหลผ่านห้องโถง
and in the stream danced the mermen and the mermaids
และในลำธารมีพวกเงือกและนางเงือกเต้นรำ
they danced to the music of their own sweet singing
พวกเขาเต้นรำตามเสียงร้องอันไพเราะของพวกเขาเอง

No one on earth has such lovely voices as they
ไม่มีใครบนโลกจะมีเสียงไพเราะเท่ากับพวกเขา
but the little mermaid sang more sweetly than all
แต่นางเงือกน้อยร้องเพลงได้ไพเราะกว่าใครๆ
The whole court applauded her with hands and tails
ทั้งศาลปรบมือและปรบมือให้เธอ
and for a moment her heart felt quite happy
และในขณะนั้นใจของนางก็รู้สึกมีความสุขมาก
because she knew she had the sweetest voice in the sea
เพราะเธอรู้ว่าเธอมีเสียงที่ไพเราะที่สุดในท้องทะเล
and she knew she had the sweetest voice on land

และเธอรู้ว่าเธอมีเสียงที่ไพเราะที่สุดบนแผ่นดิน
But soon she thought again of the world above her
แต่ไม่นานเธอก็นึกถึงโลกเหนือเธออีกครั้ง
she could not forget the charming prince
เธอไม่อาจลืมเจ้าชายผู้มีเสน่ห์ได้
it reminded her that he had an immortal soul
มันเตือนเธอว่าเขามีจิตวิญญาณที่เป็นอมตะ
and she could not forget that she had no immortal soul
และเธอไม่อาจลืมได้ว่าเธอไม่มีวิญญาณอมตะ
She crept away silently out of her father's palace
นางคลานหนีออกไปจากวังของบิดาอย่างเงียบๆ
everything within was full of gladness and song
ทุกสิ่งทุกอย่างภายในเต็มไปด้วยความยินดีและเสียงเพลง
but she sat in her own little garden, sorrowful and alone
แต่เธอกลับนั่งอยู่ในสวนน้อยๆ
ของเธอเองอย่างเศร้าโศกและโดดเดี่ยว
Then she heard the bugle sounding through the water
แล้วเธอก็ได้ยินเสียงแตรดังมาจากน้ำ
and she thought, "He is certainly sailing above"
และนางก็คิดว่า "เขาคงกำลังล่องเรืออยู่ข้างบนแน่ๆ"
"he, the beautiful prince, in whom my wishes centre"
"เขา เจ้าชายผู้งดงามซึ่งความปรารถนาของฉันเป็นศูนย์กลาง"
"he, in whose hands I should like to place my happiness"
"เขาผู้ซึ่งข้าพเจ้าปรารถนาจะมอบความสุขของข้าพเจ้าไว้ในมือของเขา"
"I will venture all for him to win an immortal soul"
"ฉันจะเสี่ยงทุกอย่างเพื่อให้เขาได้รับวิญญาณอมตะ"

"my sisters are dancing in my father's palace"
"พี่สาวของฉันกำลังเต้นรำอยู่ในวังของพ่อของฉัน"
"but I will go to the sea witch"
"แต่ฉันจะไปหาแม่มดทะเล"
"the sea witch of whom I have always been so afraid"
"แม่มดแห่งท้องทะเลที่ฉันกลัวมาตลอด"
"but the sea witch can give me counsel, and help"
"แต่แม่มดทะเลสามารถให้คำแนะนำและช่วยเหลือฉันได้"

The Sea Witch
แม่มดแห่งท้องทะเล

Then the little mermaid went out from her garden
จากนั้นนางเงือกน้อยก็ออกไปจากสวนของเธอ
and she took the path to the foaming whirlpools
และเธอก็เดินไปตามทางสู่น้ำวนที่มีฟอง
behind the foaming whirlpools the sorceress lived
เบื้องหลังน้ำวนที่เดือดปุดนั้นแม่มดอาศัยอยู่
the little mermaid had never gone that way before
นางเงือกน้อยไม่เคยไปทางนั้นมาก่อน
Neither flowers nor grass grew where she was going
ไม่มีดอกไม้และหญ้าขึ้นตามทางที่เธอไป
there was nothing but bare, gray, sandy ground
มีแต่พื้นดินเปล่าเปลือยสีเทาเป็นทราย
this barren land stretched out to the whirlpool
ดินแดนอันแห้งแล้งนี้ทอดยาวออกไปจนถึงวังน้ำวน
the water was like foaming mill wheels
น้ำก็เหมือนล้อบดที่มีฟอง
and the whirlpools seized everything that came within reach
และน้ำวนก็เข้าครอบงำทุกสิ่งที่เข้ามาถึง
the whirlpools cast their prey into the fathomless deep
วังน้ำวนพาเหยื่อของมันลงไปในส่วนลึกที่ลึกจนสุดสายตา
Through these crushing whirlpools she had to pass
เธอต้องผ่านวังน้ำวนอันเลวร้ายเหล่านี้ไปให้ได้
only then could she reach the dominions of the sea witch
จากนั้นเธอจึงจะสามารถเข้าถึงอาณาจักรแม่มดทะเลได้
after this came a stretch of warm, bubbling mire

หลังจากนี้ก็มาถึงบริเวณโคลนอุ่นๆ ที่เดือดพล่าน
the sea witch called the bubbling mire her turf moor
แม่มดทะเลเรียกหนองน้ำที่เดือดพล่านว่าทุ่งหญ้าของเธอ

Beyond her turf moor was the witch's house
เลยทุ่งนาของเธอไปเป็นบ้านของแม่มด
her house stood in the centre of a strange forest
บ้านของเธอตั้งอยู่ใจกลางป่าประหลาดแห่งหนึ่ง
in this forest all the trees and flowers were polypi
ในป่านี้ต้นไม้และดอกไม้ทั้งหมดเป็นโพลีพี
but they were only half plant; the other half was animal
แต่ครึ่งหนึ่งเป็นเพียงพืช อีกครึ่งหนึ่งเป็นสัตว์
They looked like serpents with a hundred heads
มีลักษณะเหมือนงูที่มีหัวนับร้อยหัว
and each serpent was growing out of the ground
และงูแต่ละตัวก็งอกออกมาจากพื้นดิน
Their branches were long, slimy arms
กิ่งก้านของมันมีแขนที่ยาวและลื่น
and they had fingers like flexible worms
และมีนิ้วเหมือนหนอนที่ยืดหยุ่นได้
each of their limbs, from the root to the top, moved
แขนขาของพวกมันแต่ละข้างตั้งแต่โคนจรดปลายสุดก็เคลื่อนไหว
All that could be reached in the sea they seized upon
ทุกสิ่งที่เข้าถึงได้ในทะเลพวกเขาก็คว้าเอาไว้
and what they caught they held on tightly to
และสิ่งที่พวกเขาจับได้พวกเขาก็ยึดไว้แน่น
so that what they caught never escaped from their clutches

เพื่อว่าสิ่งที่เขาจับได้จะไม่หลุดจากเงื้อมมือเขาไป

The little mermaid was alarmed at what she saw
นางเงือกน้อยตกใจกับสิ่งที่เธอเห็น
she stood still and her heart beat with fear
เธอหยุดนิ่งและหัวใจของเธอเต้นด้วยความกลัว
She came very close to turning back
เธอมาใกล้จะหันกลับแล้ว
but she thought of the beautiful prince
แต่เธอคิดถึงเจ้าชายผู้งดงาม
and she thought of the human soul for which she longed
และนางก็คิดถึงวิญญาณมนุษย์ซึ่งนางปรารถนา
with these thoughts her courage returned
เมื่อคิดได้ดังนี้ ความกล้าหาญของเธอก็กลับคืนมา
She fastened her long, flowing hair round her head
เธอรวบผมยาวสยายไปรอบศีรษะ
so that the polypi could not grab hold of her hair
จนทำให้ปลาหมอไม่สามารถจับผมของนางได้
and she crossed her hands across her bosom
และเธอก็ไขว้มือไว้บนหน้าอกของเธอ
and then she darted forward like a fish through the water
แล้วนางก็พุ่งไปข้างหน้าเหมือนปลาที่พุ่งผ่านน้ำ
between the subtle arms and fingers of the ugly polypi
ระหว่างแขนและนิ้วอันบอบบางของโพลีไพผู้น่าเกลียด
the polypi were stretched out on each side of her
โพลิปีก็ยืดออกไปทั้งสองข้างของเธอ
She saw that they all held something in their grasp

เธอเห็นว่าพวกเขาทั้งหมดถืออะไรบางอย่างอยู่ในมือ
something they had seized with their numerous little arms
สิ่งที่พวกเขาได้ยึดไว้ด้วยแขนน้อยๆ จำนวนมากของพวกเขา
they were holding white skeletons of human beings
พวกเขากำลังถือโครงกระดูกสีขาวของมนุษย์
sailors who had perished at sea in storms
ลูกเรือที่เสียชีวิตในทะเลจากพายุ
sailors who had sunk down into the deep waters
พวกกะลาสีเรือที่จมลงไปในน้ำลึก
and there were skeletons of land animals
และมีโครงกระดูกสัตว์บกด้วย
and there were oars, rudders, and chests of ships
และมีไม้พาย หางเสือ และหีบเรือ
There was even a little mermaid whom they had caught
มีนางเงือกน้อยตัวหนึ่งที่เขาจับมาได้ด้วย
the poor mermaid must have been strangled by the hands
นางเงือกที่น่าสงสารคงถูกบีบคอด้วยมือ
to her this seemed the most shocking of all
สำหรับเธอแล้วนี่ดูเหมือนจะเป็นสิ่งที่น่าตกใจที่สุด

finally, she came to a space of marshy ground in the woods
ในที่สุดเธอก็มาถึงบริเวณพื้นที่ชื้นแฉะกลางป่า
here there were large fat water snakes rolling in the mire
ที่นี่มีงูน้ำตัวใหญ่อ้วนกลิ้งอยู่ในโคลน
the snakes showed their ugly, drab-colored bodies
งูมีร่างกายสีคล้ำๆ น่าเกลียด
In the midst of this spot stood a house

ตรงกลางจุดนี้มีบ้านหลังหนึ่งตั้งอยู่
the house was built of the bones of shipwrecked human beings
บ้านหลังนี้สร้างขึ้นจากกระดูกมนุษย์ที่อับปาง
and in the house sat the sea witch
และในบ้านมีแม่มดทะเลนั่งอยู่
she was allowing a toad to eat from her mouth
เธอกำลังปล่อยให้คางคกกินจากปากของเธอ
just like when people feed a canary with pieces of sugar
เหมือนกับเวลาที่คนให้อาหารนกขมิ้นด้วยน้ำตาลชิ้นๆ
She called the ugly water snakes her little chickens
เธอเรียกงูน้ำน่าเกลียดว่าลูกไก่ตัวน้อยของเธอ
and she allowed her little chickens to crawl all over her
และเธอก็ปล่อยให้ลูกไก่ตัวน้อยของเธอคลานไปทั่วตัวเธอ

"I know what you want," said the sea witch
"ฉันรู้ว่าคุณต้องการอะไร" แม่มดทะเลกล่าว
"It is very stupid of you to want such a thing"
"เป็นเรื่องโง่มากที่คุณอยากได้สิ่งนั้น"
"but you shall have your way, however stupid it is"
"แต่คุณก็จะได้สิ่งที่ต้องการ แม้มันจะโง่เขลาเพียงใดก็ตาม"
"though your wish will bring you to sorrow, my pretty princess"
"แม้ว่าความปรารถนาของเธอจะนำพาเธอไปสู่ความเศร้าโศกก็ตาม เจ้าหญิงผู้สวยงามของฉัน"
"You want to get rid of your mermaid's tail"
"คุณต้องการกำจัดหางนางเงือกของคุณไหม"
"and you want to have two stumps instead"

"แล้วคุณอยากได้ตอไม้สองอันแทน"
"this will make you like the human beings on earth"
"นี่จะทำให้คุณเหมือนกับมนุษย์บนโลก"
"and then the young prince might fall in love with you"
"แล้วเจ้าชายน้อยก็อาจจะตกหลุมรักคุณก็ได้"
"and then you might have an immortal soul"
"แล้วคุณก็อาจจะมีจิตวิญญาณที่เป็นอมตะ"
the witch laughed loud and disgustingly
แม่มดหัวเราะเสียงดังและน่ารังเกียจ
the toad and the snakes fell to the ground
คางคกและงูก็ตกลงสู่พื้น
and they lay there wriggling on the floor
และพวกมันนอนดิ้นอยู่บนพื้น
"You came to me just in time," said the witch
"คุณมาหาฉันทันเวลาพอดี" แม่มดกล่าว
"after sunrise tomorrow it would have been too late"
"หลังจากพระอาทิตย์ขึ้นพรุ่งนี้ มันก็จะสายเกินไปแล้ว"
"after tomorrow I would not have been able to help you till the end of another year"
"หลังจากพรุ่งนี้
ฉันคงไม่สามารถช่วยคุณได้จนกว่าจะสิ้นปีอีกปีหนึ่ง"
"I will prepare a potion for you"
"ฉันจะเตรียมยาพิษไว้ให้คุณ"
"swim up to the land tomorrow, before sunrise"
"ว่ายน้ำขึ้นบกพรุ่งนี้ก่อนพระอาทิตย์ขึ้น"
"seat yourself there and drink the potion"
"นั่งลงตรงนั้นแล้วดื่มยาพิษ"
"after you drink the potion your tail will disappear"

"หลังจากคุณดื่มยาแล้ว หางของคุณจะหายไป"
"and then you will have what men call legs"
"แล้วคุณจะมีสิ่งที่ผู้ชายเรียกว่าขา"

"all will say you are the prettiest girl in the world"
"ทุกคนจะพูดว่าคุณเป็นผู้หญิงที่สวยที่สุดในโลก"
"but for this you will have to endure great pain"
"แต่เพื่อสิ่งนี้คุณจะต้องทนทุกข์ทรมานมาก"
"it will be as if a sword were passing through you"
"มันจะเหมือนกับว่ามีดาบทะลุผ่านตัวคุณ"
"You will still have the same gracefulness of movement"
"คุณจะยังคงมีความสง่างามในการเคลื่อนไหวเช่นเดิม"
"it will be as if you are floating over the ground"
"มันจะเหมือนกับว่าคุณลอยอยู่เหนือพื้นดิน"
"and no dancer will ever tread as lightly as you"
"และไม่มีนักเต้นคนใดจะเดินอย่างเบาเท่าคุณ"
"but every step you take will cause you great pain"
"แต่ทุกก้าวที่คุณก้าวไปจะทำให้คุณเจ็บปวดมาก"
"it will be as if you were treading upon sharp knives"
"มันจะเหมือนกับว่าคุณกำลังเหยียบมีดคมๆ"
"If you bear all this suffering, I will help you"
"หากท่านทนทุกข์ทรมานทั้งหมดนี้ ข้าพเจ้าก็จะช่วยท่าน"
the little mermaid thought of the prince
นางเงือกน้อยคิดถึงเจ้าชาย
and she thought of the happiness of an immortal soul
และนางก็คิดถึงความสุขของดวงวิญญาณที่เป็นอมตะ
"Yes, I will," said the little princess

"ใช่แล้ว ฉันจะทำ" เจ้าหญิงน้อยกล่าว
but, as you can imagine, her voice trembled with fear
แต่ก็อย่างที่คุณนึกภาพออก เสียงของเธอสั่นเทาด้วยความกลัว

"do not rush into this," said the witch
"อย่ารีบร้อนกับเรื่องนี้" แม่มดกล่าว
"once you are shaped like a human, you can never return"
"เมื่อคุณมีรูปร่างเหมือนมนุษย์แล้ว
คุณจะไม่สามารถกลับคืนสู่สภาพเดิมได้อีก"
"and you will never again take the form of a mermaid"
"แล้วเจ้าจะไม่มีวันกลับเป็นนางเงือกอีกต่อไป"
"You will never return through the water to your sisters"
"เจ้าจะไม่มีวันกลับไปหาพี่สาวของเจ้าผ่านน้ำได้อีกแล้ว"
"nor will you ever go to your father's palace again"
"และเจ้าจะไม่มีวันกลับวังของบิดาเจ้าอีกต่อไป"
"you will have to win the love of the prince"
"คุณจะต้องชนะใจเจ้าชายให้ได้"
"he must be willing to forget his father and mother for you"
"เขาคงเต็มใจที่จะลืมพ่อกับแม่ของเขาเพื่อคุณ"
"and he must love you with all of his soul"
"และเขาจะต้องรักคุณด้วยทั้งจิตวิญญาณของเขา"
"the priest must join your hands together"
"บาทหลวงต้องประสานมือกัน"
"and he must make you man and wife in holy matrimony"
"และเขาจะต้องทำให้คุณเป็นสามีและภรรยาในพิธีแต่งงานอันศักดิ์สิทธิ์"
"only then will you have an immortal soul"

"เมื่อนั้นเท่านั้นคุณจึงจะมีจิตวิญญาณที่เป็นอมตะ"
"but you must never allow him to marry another woman"
"แต่คุณต้องไม่ยอมให้เขาแต่งงานกับผู้หญิงคนอื่นเด็ดขาด"
"the morning after he marries another woman, your heart will break"
"เช้าวันรุ่งขึ้นหลังจากที่เขาแต่งงานกับผู้หญิงคนอื่น หัวใจของคุณจะแตกสลาย"
"and you will become foam on the crest of the waves"
"แล้วเจ้าจะกลายเป็นฟองบนยอดคลื่น"
the little mermaid became as pale as death
นางเงือกน้อยกลายเป็นซีดเหมือนความตาย
"I will do it," said the little mermaid
"ฉันจะทำมัน" นางเงือกน้อยกล่าว

"But I must be paid, also," said the witch
"แต่ฉันก็ต้องได้รับเงินด้วย" แม่มดกล่าว
"and it is not a trifle that I ask for"
"และไม่ใช่เรื่องเล็กน้อยเลยที่ฉันขอ"
"You have the sweetest voice of any who dwell here"
"คุณมีเสียงที่ไพเราะที่สุดในบรรดาผู้ที่อาศัยอยู่ที่นี่"
"you believe that you can charm the prince with your voice"
"คุณเชื่อว่าคุณสามารถทำให้เจ้าชายหลงใหลด้วยเสียงของคุณได้"
"But your beautiful voice you must give to me"
"แต่คุณต้องส่งเสียงอันไพเราะของคุณมาให้ฉัน"
"The best thing you possess is the price of my potion"
"สิ่งที่ดีที่สุดที่คุณมีคือราคายาของฉัน"
"the potion must be mixed with my own blood"

"ยาจะต้องผสมกับเลือดของฉันเอง"
"only this mixture makes the potion as sharp as a two-edged sword"
"ส่วนผสมเพียงเท่านี้ก็ทำให้ยาพิษนี้คมกริบเหมือนดาบสองคม"

the little mermaid tried to object to the cost
นางเงือกน้อยพยายามคัดค้านค่าใช้จ่าย
"But if you take away my voice..." said the little mermaid
"แต่ถ้าคุณเอาเสียงของฉันไป..." นางเงือกน้อยกล่าว
"if you take away my voice, what is left for me?"
"ถ้าท่านเอาเสียงของข้าพเจ้าไป ข้าพเจ้าจะเหลืออะไรเล่า"
"Your beautiful form," suggested the sea witch
"รูปร่างอันสวยงามของคุณ" แม่มดทะเลเสนอแนะ
"your graceful walk, and your expressive eyes"
"การเดินอันสง่างามของคุณและดวงตาที่สื่ออารมณ์ของคุณ"
"Surely, with these things you can enchain a man's heart?"
"สิ่งเหล่านี้ท่านสามารถผูกมัดหัวใจชายคนหนึ่งได้จริงหรือ?"
"Well, have you lost your courage?" the sea witch asked
"แล้วคุณหมดความกล้าแล้วเหรอ" แม่มดทะเลถาม
"Put out your little tongue, so that I can cut it off"
"ยื่นลิ้นน้อยๆ ของคุณออกมา ฉันจะได้ตัดมันออก"
"then you shall have the powerful potion"
"แล้วเจ้าจะมีฤทธิ์วิเศษ"
"It shall be," said the little mermaid
"มันจะต้องเกิดขึ้น" นางเงือกน้อยกล่าว

Then the witch placed her cauldron on the fire

จากนั้นแม่มดก็วางหม้อต้มของเธอลงบนกองไฟ
"Cleanliness is a good thing," said the sea witch
"ความสะอาดเป็นสิ่งที่ดี" แม่มดทะเลกล่าว
she scoured the vessels for the right snake
นางค้นหางูตัวที่ถูกต้องในภาชนะ
all the snakes had been tied together in a large knot
งูทั้งหมดถูกมัดรวมกันเป็นปมใหญ่
Then she pricked herself in the breast
แล้วเธอก็จิ้มตัวเองเข้าที่หน้าอก
and she let the black blood drop into the caldron
แล้วเธอก็ปล่อยให้เลือดสีดำหยดลงไปในหม้อต้ม
The steam that rose twisted itself into horrible shapes
ไอที่ลอยขึ้นบิดตัวเป็นรูปร่างอันน่าสะพรึงกลัว
no person could look at the shapes without fear
ไม่มีใครสามารถมองดูรูปร่างได้โดยปราศจากความกลัว
Every moment the witch threw new ingredients into the vessel
ทุกครั้งที่แม่มดโยนส่วนผสมใหม่ลงในภาชนะ
finally, with everything inside, the caldron began to boil
ในที่สุดเมื่อทุกอย่างเข้าที่แล้ว กระทะก็เริ่มเดือด
there was the sound like the weeping of a crocodile
มีเสียงคล้ายเสียงจระเข้ร้อง
and at last the magic potion was ready
และในที่สุดยาเสน่ห์ก็พร้อมแล้ว
despite its ingredients, the potion looked like the clearest water
แม้ว่าส่วนผสมจะเหมือนกัน แต่ยาตัวนี้ก็ดูเหมือนน้ำที่ใสที่สุด
"There it is, all for you," said the witch

"นั่นไง ทั้งหมดเพื่อคุณ" แม่มดกล่าว
and then she cut off the little mermaid's tongue
แล้วเธอก็ตัดลิ้นของนางเงือกน้อยออก
so that the little mermaid could never again speak, nor sing again
จนนางเงือกน้อยไม่สามารถพูดหรือร้องเพลงได้อีกต่อไป
"the polypi might try and grab you on the way out"
"โพลีปีอาจพยายามจะคว้าคุณไว้ระหว่างทางออก"
"if they try, throw over them a few drops of the potion"
"ถ้าพวกเขาพยายาม ให้หยดน้ำยาสักสองสามหยดใส่พวกเขา"
"and their fingers will be torn into a thousand pieces"
"และนิ้วของพวกเขาจะถูกฉีกเป็นชิ้นเล็กชิ้นน้อยนับพันชิ้น"
But the little mermaid had no need to do this
แต่นางเงือกน้อยไม่จำเป็นต้องทำเช่นนี้
the polypi sprang back in terror when they saw her
โพลีปี้สะดุ้งตกใจเมื่อเห็นเธอ
they saw she had lost her tongue to the sea witch
พวกเขาเห็นว่าเธอสูญเสียลิ้นของเธอให้กับแม่มดแห่งท้องทะเล
and they saw she was carrying the potion
และพวกเขาก็เห็นว่าเธอกำลังพกยาพิษอยู่
the potion shone in her hand like a twinkling star
ยาพิษนั้นส่องประกายอยู่ในมือของเธอเหมือนดวงดาวที่ระยิบระยับ

So she passed quickly through the wood and the marsh
นางจึงเดินผ่านป่าและหนองบึงไปอย่างรวดเร็ว
and she passed between the rushing whirlpools

และเธอก็เดินผ่านระหว่างน้ำวนที่ไหลเชี่ยว
soon she made her way back to the palace of her father
ในไม่ช้าเธอก็เดินทางกลับไปยังพระราชวังของพ่อของเธอ
all the torches in the ballroom were extinguished
คบเพลิงทั้งหมดในห้องบอลรูมถูกดับลง
all within the palace must now be asleep
ทุกคนในพระราชวังคงจะหลับไปแล้ว
But she did not go inside to see them
แต่เธอไม่ได้เข้าไปพบพวกเขา
she knew she was going to leave them forever
เธอรู้ว่าเธอจะต้องทิ้งพวกเขาไปตลอดกาล
and she knew her heart would break if she saw them
และเธอก็รู้ว่าหัวใจของเธอจะต้องแตกสลายถ้าเธอเห็นพวกเขา
she went into the garden one last time
เธอเดินเข้าไปในสวนเป็นครั้งสุดท้าย
and she took a flower from each one of her sisters
และเธอก็รับดอกไม้จากพี่สาวของเธอแต่ละคน
and then she rose up through the dark-blue waters
แล้วเธอก็ลอยขึ้นมาจากน้ำสีน้ำเงินเข้ม

The Little Mermaid Meets the Prince
เงือกน้อยพบกับเจ้าชาย

the little mermaid arrived at the prince's palace
นางเงือกน้อยมาถึงพระราชวังของเจ้าชายแล้ว
the sun had not yet risen from the sea
ดวงอาทิตย์ยังไม่ขึ้นจากทะเล
and the moon shone clear and bright in the night
และพระจันทร์ก็ส่องสว่างแจ่มใสในยามค่ำคืน
the little mermaid sat at the beautiful marble steps
นางเงือกน้อยนั่งอยู่ที่ขั้นบันไดหินอ่อนอันสวยงาม
and then the little mermaid drank the magic potion
แล้วนางเงือกน้อยก็ดื่มยาเสน่ห์
she felt the cut of a two-edged sword cut through her
เธอรู้สึกว่ามีดาบสองคมบาดผ่านตัวเธอ
and she fell into a swoon, and lay like one dead
และเธอก็สลบไปและนอนลงเหมือนคนตาย
the sun rose from the sea and shone over the land
พระอาทิตย์ขึ้นจากทะเลและฉายแสงลงมายังพื้นดิน
she recovered and felt the pain from the cut
เธอฟื้นขึ้นมาและรู้สึกเจ็บจากบาดแผล
but before her stood the handsome young prince
แต่เบื้องหน้าของเธอมีเจ้าชายหนุ่มรูปงามยืนอยู่

He fixed his coal-black eyes upon the little mermaid
เขาจ้องตาสีดำสนิทของเขาไปที่นางเงือกน้อย
he looked so earnestly that she cast down her eyes

เขาจ้องมองอย่างจริงจังจนเธอต้องหลบตาลง
and then she became aware that her fish's tail was gone
แล้วเธอก็รู้ตัวว่าหางปลาของเธอหายไปแล้ว
she saw that she had the prettiest pair of white legs
เธอเห็นว่าขาของเธอเป็นสีขาวที่สวยที่สุด
and she had tiny feet, as any little maiden would have
และเธอมีเท้าเล็ก ๆ เหมือนเด็กสาวทั่วไป
But, having come from the sea, she had no clothes
แต่เมื่อมาจากทะเลก็ไม่มีเสื้อผ้า
so she wrapped herself in her long, thick hair
นางจึงห่อตัวด้วยผมยาวหนาของนาง
The prince asked her who she was and whence she came
เจ้าชายทรงถามนางว่านางเป็นใครและมาจากไหน
She looked at him mildly and sorrowfully
นางมองดูเขาอย่างอ่อนโยนและเศร้าโศก
but she had to answer with her deep blue eyes
แต่เธอก็ต้องตอบด้วยดวงตาสีน้ำเงินเข้มของเธอ
because the little mermaid could not speak anymore
เพราะนางเงือกน้อยไม่สามารถพูดได้อีกต่อไป
He took her by the hand and led her to the palace
เขาจับมือเธอและพาเธอไปที่พระราชวัง

Every step she took was as the witch had said it would be
ทุกย่างก้าวของเธอเป็นไปตามที่แม่มดบอกไว้
she felt as if she were treading upon sharp knives
เธอรู้สึกเหมือนกำลังเหยียบมีดคมๆ
She bore the pain of her wish willingly, however

เธอยอมทนรับความเจ็บปวดจากความปรารถนาของเธออย่างเต็มใจ

and she moved at the prince's side as lightly as a bubble
และนางก็เดินไปข้างเจ้าชายอย่างเบาเหมือนฟองสบู่
all who saw her wondered at her graceful, swaying movements
ทุกคนที่ได้เห็นต่างก็ประหลาดใจในท่วงท่าที่อ่อนช้อยงดงามของเธอ
She was very soon arrayed in costly robes of silk and muslin
ไม่นานเธอก็ได้สวมชุดคลุมที่มีราคาแพงที่ทำจากผ้าไหมและมัสลิน
and she was the most beautiful creature in the palace
และนางก็เป็นสิ่งมีชีวิตที่งดงามที่สุดในพระราชวัง
but she appeared dumb, and could neither speak nor sing
แต่นางก็ปรากฏกายเป็นใบ้ พูดหรือร้องเพลงไม่ได้

there were beautiful female slaves, dressed in silk and gold
มีทาสสาวงามสวมชุดผ้าไหมและทอง
they stepped forward and sang in front of the royal family
พวกเขาเดินไปข้างหน้าและร้องเพลงต่อหน้าราชวงศ์
each slave could sing better than the next one
ทาสแต่ละคนสามารถร้องเพลงได้ดีกว่าทาสคนอื่น
and the prince clapped his hands and smiled at her
และเจ้าชายก็ปรบมือและยิ้มให้เธอ
This was a great sorrow to the little mermaid
เป็นความเศร้าโศกอย่างยิ่งของนางเงือกน้อย
she knew how much more sweetly she was able to sing

เธอรู้ว่าเธอสามารถร้องเพลงได้ไพเราะมากขึ้นเพียงใด
"if only he knew I have given away my voice to be with him!"
"ถ้าเขารู้ว่าฉันยอมมอบเสียงเพื่ออยู่กับเขาก็คงดี!"

there was music being played by an orchestra
มีเสียงดนตรีบรรเลงโดยวงออเคสตรา
and the slaves performed some pretty, fairy-like dances
และทาสก็แสดงการเต้นรำที่งดงามราวกับนางฟ้า
Then the little mermaid raised her lovely white arms
จากนั้นนางเงือกน้อยก็ยกแขนสีขาวอันสวยงามของเธอขึ้น
she stood on the tips of her toes like a ballerina
เธอยืนด้วยปลายเท้าเหมือนนักบัลเล่ต์
and she glided over the floor like a bird over water
และเธอก็ล่องลอยไปบนพื้นเหมือนนกที่ล่องลอยไปบนน้ำ
and she danced as no one yet had been able to dance
และเธอก็เต้นรำอย่างที่ไม่มีใครเคยเต้นได้มาก่อน
At each moment her beauty was more revealed
ทุกๆขณะความงามของเธอก็ปรากฏชัดมากขึ้น
most appealing of all, to the heart, were her expressive eyes
สิ่งที่ดึงดูดใจมากที่สุดคือดวงตาที่แสดงออกของเธอ
Everyone was enchanted by her, especially the prince
ทุกคนต่างหลงใหลในตัวเธอ โดยเฉพาะเจ้าชาย
the prince called her his deaf little foundling
เจ้าชายทรงเรียกเธอว่าเด็กน้อยหูหนวกที่ถูกทอดทิ้ง
and she happily continued to dance, to please the prince
และนางก็เต้นรำอย่างมีความสุขเพื่อเอาใจเจ้าชาย

but we must remember the pain she endured for his pleasure
แต่เราต้องจดจำความเจ็บปวดที่เธอต้องทนเพื่อความสุขของเขา
every step on the floor felt as if she trod on sharp knives
ทุกก้าวที่เหยียบลงบนพื้นรู้สึกราวกับว่าเธอกำลังเหยียบมีดคมๆ

The prince said she should remain with him always
เจ้าชายตรัสว่าเธอควรอยู่กับเขาตลอดไป
and she was given permission to sleep at his door
และเธอได้รับอนุญาตให้ไปนอนที่หน้าประตูบ้านของเขา
they brought a velvet cushion for her to lie on
พวกเขาเอาหมอนกำมะหยี่มาให้เธอนอน
and the prince had a page's dress made for her
และเจ้าชายทรงสั่งให้ตัดชุดให้เธอ
this way she could accompany him on horseback
ด้วยวิธีนี้เธอสามารถขี่ม้าไปกับเขาได้
They rode together through the sweet-scented woods
พวกเขาขี่ม้าไปด้วยกันผ่านป่าที่มีกลิ่นหอม
in the woods the green branches touched their shoulders
ในป่ากิ่งไม้สีเขียวแตะไหล่ของพวกเขา
and the little birds sang among the fresh leaves
และนกน้อยก็ร้องเพลงท่ามกลางใบไม้สด
She climbed with him to the tops of high mountains
เธอได้ร่วมปีนขึ้นไปกับเขาบนยอดเขาสูง
and although her tender feet bled, she only smiled
และถึงแม้เท้าอันอ่อนนุ่มของเธอจะเลือดออก แต่เธอก็เพียงยิ้ม
she followed him till the clouds were beneath them
เธอติดตามเขาไปจนกระทั่งเมฆปกคลุมอยู่ด้านล่าง

like a flock of birds flying to distant lands

เหมือนฝูงนกบินไปสู่ดินแดนอันไกลโพ้น

when all were asleep she sat on the broad marble steps

เมื่อทุกคนหลับหมดแล้ว นางก็นั่งบนขั้นบันไดหินอ่อนกว้าง

it eased her burning feet to bathe them in the cold water

การแช่เท้าในน้ำเย็นช่วยบรรเทาอาการแสบร้อนได้

It was then that she thought of all those in the sea

ตอนนั้นเองนางก็นึกถึงผู้คนที่อยู่ในทะเล

Once, during the night, her sisters came up, arm in arm

ครั้งหนึ่งในเวลากลางคืน พี่สาวของเธอเข้ามาโดยจับมือกัน

they sang sorrowfully as they floated on the water

พวกเขาร้องเพลงเศร้าโศกขณะลอยอยู่บนน้ำ

She beckoned to them, and they recognized her

นางโบกมือเรียกพวกเขา และพวกเขาก็จำนางได้

they told her how they had grieved their youngest sister

พวกเขาเล่าให้เธอฟังว่าพวกเขาเสียใจกับน้องสาวคนเล็กของตนอย่างไร

after that, they came to the same place every night

หลังจากนั้นพวกเขาก็มาที่เดิมทุกคืน

Once she saw in the distance her old grandmother

ครั้งหนึ่งเธอเห็นคุณย่าของเธออยู่ไกลๆ

she had not been to the surface of the sea for many years

เธอไม่ได้ขึ้นสู่ผิวน้ำมานานหลายปีแล้ว

and the old Sea King, her father, with his crown on his head

และราชาทะเลชราบิดาของเธอมีมงกุฎอยู่บนศีรษะ

he too came to where she could see him

เขาก็มาที่ที่เธอสามารถพบเห็นเขาเช่นกัน
They stretched out their hands towards her
พวกเขายื่นมือออกไปหาเธอ
but they did not venture as near the land as her sisters
แต่พวกเขาไม่กล้าเสี่ยงเข้าใกล้แผ่นดินเท่ากับพี่สาวของเธอ

As the days passed she loved the prince more dearly
เมื่อวันเวลาผ่านไปนางก็รักเจ้าชายมากขึ้น
and he loved her as one would love a little child
และเขารักนางเหมือนรักเด็กน้อย
The thought never came to him to make her his wife
เขาไม่เคยคิดที่จะให้เธอเป็นภรรยาของเขา
but, unless he married her, her wish would never come true
แต่ถ้าหากเขาไม่แต่งงานกับเธอ
ความปรารถนาของเธอก็จะไม่มีวันเป็นจริง
unless he married her she could not receive an immortal soul
เว้นแต่เขาจะแต่งงานกับเธอ เธอจะไม่สามารถรับวิญญาณอมตะได้
and if he married another her dreams would shatter
และถ้าเขาแต่งงานกับคนอื่น ความฝันของเธอคงพังทลาย
on the morning after his marriage she would dissolve
เช้าวันรุ่งขึ้นหลังจากการแต่งงานของเขาเธอจะสลายไป
and the little mermaid would become the foam of the sea
และนางเงือกน้อยก็จะกลายเป็นฟองแห่งท้องทะเล

the prince took the little mermaid in his arms
เจ้าชายอุ้มนางเงือกน้อยไว้ในอ้อมแขน
and he kissed her on her forehead

และเขาก็จูบหน้าผากของเธอ
with her eyes she tried to ask him
เธอพยายามถามเขาด้วยสายตา
"Do you not love me the most of them all?"
"คุณไม่รักฉันมากที่สุดเลยเหรอ?"
"Yes, you are dear to me," said the prince
"ใช่แล้ว คุณเป็นที่รักของฉัน" เจ้าชายกล่าว
"because you have the best heart"
"เพราะคุณมีหัวใจที่ดีที่สุด"
"and you are the most devoted to me"
"และคุณคือคนที่ทุ่มเทให้ฉันมากที่สุด"
"You are like a young maiden whom I once saw"
"เจ้าก็เหมือนหญิงสาวที่ข้าเคยเห็น"
"but I shall never meet this young maiden again"
"แต่ฉันจะไม่มีวันได้พบกับหญิงสาวคนนี้อีก"
"I was in a ship that was wrecked"
"ผมอยู่บนเรือที่กำลังอับปาง"
"and the waves cast me ashore near a holy temple"
"และคลื่นซัดฉันไปเกยตื้นใกล้วิหารศักดิ์สิทธิ์"
"at the temple several young maidens performed the service"
"ที่วัดมีสาวพรหมจารีจำนวนหนึ่งมาประกอบพิธี"
"The youngest maiden found me on the shore"
"สาวน้อยคนเล็กพบฉันที่ชายฝั่ง"
"and the youngest of the maidens saved my life"
"และสาวคนเล็กช่วยชีวิตฉันไว้"
"I saw her but twice," he explained
"ผมเห็นเธอเพียงสองครั้ง" เขาอธิบาย
"and she is the only one in the world whom I could love"

"และเธอเป็นคนเดียวในโลกที่ฉันสามารถรักได้"
"But you are like her," he reassured the little mermaid
"แต่คุณก็เหมือนเธอ" เขาปลอบใจนางเงือกน้อย
"and you have almost driven her image from my mind"
"และคุณแทบจะลบภาพของเธอออกไปจากใจฉันแล้ว"
"She belongs to the holy temple"
"นางเป็นของวิหารศักดิ์สิทธิ์"
"good fortune has sent you instead of her to me"
"โชคชะตาได้ส่งคุณมาหาฉันแทนเธอ"
"We will never part," he comforted the little mermaid
"เราจะไม่มีวันแยกจากกัน" เขาปลอบใจนางเงือกน้อย

but the little mermaid could not help but sigh
แต่นางเงือกน้อยก็อดไม่ได้ที่จะถอนหายใจ
"he knows not that it was I who saved his life"
"เขาไม่รู้ว่าเป็นฉันที่ช่วยชีวิตเขาไว้"
"I carried him over the sea to where the temple stands"
"ฉันพาเขาข้ามทะเลไปยังที่ซึ่งวิหารตั้งอยู่"
"I sat beneath the foam till the human came to help him"
"ฉันนั่งอยู่ใต้โฟมจนกระทั่งมนุษย์เข้ามาช่วยเขา"
"I saw the pretty maiden that he loves"
"ผมเห็นสาวสวยที่เขารัก"
"the pretty maiden that he loves more than me"
"สาวสวยที่เขารักมากกว่าฉัน"
The mermaid sighed deeply, but she could not weep
นางเงือกถอนหายใจยาวๆ แต่เธอก็ไม่สามารถร้องไห้ได้
"He says the maiden belongs to the holy temple"

"เขาบอกว่าสาวคนนั้นเป็นคนของวัดศักดิ์สิทธิ์"
"therefore she will never return to the world"
"เพราะฉะนั้นเธอจะไม่มีวันกลับมายังโลกอีก"
"they will meet no more," the little mermaid hoped
"พวกเขาจะไม่พบกันอีกต่อไป" นางเงือกน้อยหวัง
"I am by his side and see him every day"
"ฉันอยู่ข้างเขาและพบเห็นเขาทุกวัน"
"I will take care of him, and love him"
"ฉันจะดูแลเขาและรักเขา"
"and I will give up my life for his sake"
"และฉันจะสละชีวิตของฉันเพื่อเขา"

The Day of the Wedding
วันแต่งงาน

Very soon it was said that the prince was going to marry
อีกไม่นานก็มีคนพูดว่าเจ้าชายจะแต่งงาน
there was the beautiful daughter of a neighbouring king
มีธิดางามของกษัตริย์ข้างเคียง
it was said that she would be his wife
ว่ากันว่าเธอจะมาเป็นภรรยาของเขา
for the occasion a fine ship was being fitted out
เนื่องในโอกาสนี้ มีเรือสวยงามกำลังได้รับการตกแต่ง
the prince said he intended only to visit the king
เจ้าชายบอกว่าเขาตั้งใจจะมาเยี่ยมกษัตริย์เท่านั้น
they thought he was only going so as to meet the princess
พวกเขาคิดว่าเขาไปเพียงเพื่อไปพบเจ้าหญิงเท่านั้น
The little mermaid smiled and shook her head
นางเงือกน้อยยิ้มและส่ายหัว
She knew the prince's thoughts better than the others
เธอรู้ความคิดของเจ้าชายดีกว่าคนอื่น

"I must travel," he had said to her
"ฉันต้องเดินทาง" เขาบอกกับเธอ
"I must see this beautiful princess"
"ฉันต้องได้เจอเจ้าหญิงแสนสวยคนนี้"
"My parents want me to go and see her"
"พ่อแม่ของฉันอยากให้ฉันไปพบเธอ"
"but they will not oblige me to bring her home as my bride"

"แต่พวกเขาจะไม่บังคับให้ฉันพาเธอกลับบ้านเป็นเจ้าสาวของฉัน"
"you know that I cannot love her"
"คุณรู้ว่าฉันไม่สามารถรักเธอได้"
"because she is not like the beautiful maiden in the temple"
"เพราะนางไม่เหมือนสาวงามในวิหาร"
"the beautiful maiden whom you resemble"
"หญิงสาวสวยที่คุณมีลักษณะคล้าย"
"If I were forced to choose a bride, I would choose you"
"ถ้าฉันถูกบังคับให้เลือกเจ้าสาว ฉันจะเลือกคุณ"
"my deaf foundling, with those expressive eyes"
"ลูกกำพร้าหูหนวกของฉันมีดวงตาที่เปี่ยมไปด้วยอารมณ์"
Then he kissed her rosy mouth
จากนั้นเขาก็จูบปากสีชมพูของเธอ
and he played with her long, waving hair
และเขาเล่นกับผมยาวสยายของเธอ
and he laid his head on her heart
และเขาก็วางหัวของเขาไว้บนหัวใจของเธอ
she dreamed of human happiness and an immortal soul
เธอฝันถึงความสุขของมนุษย์และวิญญาณที่เป็นอมตะ

they stood on the deck of the noble ship
พวกเขายืนอยู่บนดาดฟ้าของเรืออันทรงเกียรติ
"You are not afraid of the sea, are you?" he said
"คุณไม่กลัวทะเลใช่ไหม" เขากล่าว
the ship was to carry them to the neighbouring country
เรือจะพาพวกเขาไปยังประเทศเพื่อนบ้าน
Then he told her of storms and of calms

แล้วเขาก็เล่าให้เธอฟังถึงพายุและความสงบ
he told her of strange fishes deep beneath the water
เขาเล่าให้เธอฟังถึงปลาประหลาดที่อยู่ลึกลงไปใต้ท้องน้ำ
and he told her of what the divers had seen there
และเขาเล่าให้เธอฟังถึงสิ่งที่นักดำน้ำได้เห็นที่นั่น
She smiled at his descriptions, slightly amused
เธอยิ้มเมื่อได้ยินคำอธิบายของเขา รู้สึกขบขันเล็กน้อย
she knew better what wonders were at the bottom of the sea
เธอรู้ดีกว่าว่าใต้ท้องทะเลมีสิ่งมหัศจรรย์อะไรบ้าง

the little mermaid sat on the deck at moonlight
นางเงือกน้อยนั่งอยู่บนดาดฟ้าตอนแสงจันทร์
all on board were asleep, except the man at the helm
ทุกคนบนเรือนอนหลับหมด ยกเว้นคนที่อยู่หางเสือ
and she gazed down through the clear water
และเธอก็มองลงมาผ่านน้ำใสๆ
She thought she could distinguish her father's castle
เธอคิดว่าเธอสามารถแยกแยะปราสาทของพ่อเธอได้
and in the castle she could see her aged grandmother
และในปราสาทนั้นเธอได้เห็นคุณย่าชราของเธอ
Then her sisters came out of the waves
แล้วน้องสาวของเธอก็ออกมาจากคลื่น
and they gazed at their sister mournfully
และพวกเขาก็มองดูน้องสาวของตนด้วยความเศร้าโศก
She beckoned to her sisters, and smiled
นางโบกมือเรียกน้องสาวของนางแล้วยิ้ม
she wanted to tell them how happy and well off she was

เธอต้องการบอกพวกเขาว่าเธอมีความสุขและสบายดีแค่ไหน
But the cabin boy approached and her sisters dived down
แต่เด็กห้องเข้ามาหาและน้องสาวของเธอก็รีบกระโดดลงมา
he thought what he saw was the foam of the sea
เขาคิดว่าสิ่งที่เขาเห็นคือฟองของทะเล

The next morning the ship got into the harbour
เช้าวันรุ่งขึ้นเรือก็เข้าเทียบท่า
they had arrived in a beautiful coastal town
พวกเขามาถึงเมืองชายฝั่งทะเลที่สวยงาม
on their arrival they were greeted by church bells
เมื่อพวกเขามาถึงก็ได้รับการต้อนรับด้วยเสียงระฆังโบสถ์
and from the high towers sounded a flourish of trumpets
และมีเสียงแตรดังขึ้นจากหอคอยสูง
soldiers lined the roads through which they passed
ทหารยืนเรียงรายตามถนนที่พวกเขาผ่านไป
Soldiers, with flying colors and glittering bayonets
ทหารที่มีธงชัยและดาบปลายปืนแวววาว
Every day that they were there there was a festival
ทุกวันที่พวกเขาไปที่นั่นจะมีงานเทศกาล
balls and entertainments were organised for the event
มีการจัดงานเลี้ยงและความบันเทิงต่างๆ ในงาน
But the princess had not yet made her appearance
แต่เจ้าหญิงก็ยังไม่ปรากฏตัว
she had been brought up and educated in a religious house
เธอได้รับการเลี้ยงดูและอบรมสั่งสอนในบ้านที่เคร่งศาสนา
she was learning every royal virtue of a princess

เธอได้เรียนรู้คุณธรรมทุกประการของเจ้าหญิง

At last, the princess made her royal appearance
ในที่สุดเจ้าหญิงก็ได้ปรากฏตัวอย่างสมเกียรติ
The little mermaid was anxious to see her
นางเงือกน้อยก็อยากจะพบเธอ
she had to know whether she really was beautiful
เธอต้องรู้ว่าเธอสวยจริงหรือเปล่า
and she was obliged to admit she really was beautiful
และเธอก็ต้องยอมรับว่าเธอสวยจริงๆ
she had never seen a more perfect vision of beauty
เธอไม่เคยเห็นภาพแห่งความงามที่สมบูรณ์แบบกว่านี้มาก่อน
Her skin was delicately fair
ผิวของเธอขาวเนียนละเอียด
and her laughing blue eyes shone with truth and purity
และดวงตาสีฟ้าที่หัวเราะของเธอก็เปล่งประกายด้วยความสัตย์จริง
และบริสุทธิ์
"It was you," said the prince
"เป็นคุณเอง" เจ้าชายกล่าว
"you saved my life when I lay as if dead on the beach"
"คุณช่วยชีวิตฉันไว้ตอนที่ฉันนอนเหมือนตายอยู่บนชายหาด"
"and he held his blushing bride in his arms"
"และเขาก็อุ้มเจ้าสาวที่กำลังหน้าแดงของเขาไว้ในอ้อมแขน"

"Oh, I am too happy!" said he to the little mermaid
"โอ้ ฉันมีความสุขมาก!" เขากล่าวกับนางเงือกน้อย
"my fondest hopes are now fulfilled"

"ความหวังอันสูงสุดของฉันกลายเป็นจริงแล้ว"
"You will rejoice at my happiness"
"คุณจะต้องดีใจกับความสุขของฉัน"
"because your devotion to me is great and sincere"
"เพราะความภักดีของคุณที่มีต่อฉันมันยิ่งใหญ่และจริงใจ"
The little mermaid kissed the prince's hand
นางเงือกน้อยจูบมือเจ้าชาย
and she felt as if her heart were already broken
และเธอก็รู้สึกเหมือนว่าหัวใจของเธอแตกสลายไปแล้ว
the morning of his wedding was going to bring death to her
เช้าวันแต่งงานของเขาจะนำความตายมาสู่เธอ
she knew she was to become the foam of the sea
เธอรู้ว่าเธอจะกลายเป็นโฟมแห่งท้องทะเล

the sound of the church bells rang through the town
เสียงระฆังโบสถ์ดังไปทั่วเมือง
the heralds rode through the town proclaiming the betrothal
พวกผู้ประกาศข่าวขี่ม้าไปทั่วเมืองเพื่อประกาศการหมั้นหมาย
Perfumed oil was burned in silver lamps on every altar
น้ำมันหอมถูกจุดในตะเกียงเงินบนแท่นบูชาทุกแห่ง
The priests waved the censers over the couple
พระสงฆ์โบกธูปเทียนให้คู่บ่าวสาว
and the bride and the bridegroom joined their hands
และเจ้าสาวเจ้าบ่าวก็จับมือกัน
and they received the blessing of the bishop
และได้รับพรจากพระสังฆราช
The little mermaid was dressed in silk and gold

นางเงือกน้อยสวมชุดผ้าไหมและทอง
she held up the bride's dress, in great pain
นางยกชุดเจ้าสาวขึ้นด้วยความเจ็บปวดอย่างยิ่ง
but her ears heard nothing of the festive music
แต่หูของเธอไม่ได้ยินเสียงดนตรีรื่นเริงเลย
and her eyes saw not the holy ceremony
และตาของนางก็ไม่เห็นพิธีศักดิ์สิทธิ์
She thought of the night of death coming to her
เธอคิดถึงคืนแห่งความตายที่กำลังมาเยือนเธอ
and she mourned for all she had lost in the world
และเธอโศกเศร้ากับทุกสิ่งที่เธอสูญเสียไปในโลกนี้

that evening the bride and bridegroom boarded the ship
เย็นวันนั้นเจ้าบ่าวเจ้าสาวก็ขึ้นเรือ
the ship's cannons were roaring to celebrate the event
ปืนใหญ่ของเรือก็คำรามเพื่อเฉลิมฉลองเหตุการณ์ดังกล่าว
and all the flags of the kingdom were waving
และธงทุกผืนในราชอาณาจักรก็โบกสะบัด
in the centre of the ship a tent had been erected
มีเต็นท์ตั้งอยู่กลางเรือ
in the tent were the sleeping couches for the newlyweds
ในเต็นท์มีโซฟาสำหรับนอนสำหรับคู่บ่าวสาว
the winds were favourable for navigating the calm sea
ลมพัดแรงเหมาะแก่การเดินเรือในทะเลสงบ
and the ship glided as smoothly as the birds of the sky
และเรือก็ล่องไปอย่างราบรื่นเหมือนนกบนท้องฟ้า

When it grew dark, a number of colored lamps were lighted
เมื่อฟ้ามืดก็จุดโคมไฟหลากสีสัน
the sailors and royal family danced merrily on the deck
ลูกเรือและราชวงศ์เต้นรำอย่างรื่นเริงบนดาดฟ้า
The little mermaid could not help thinking of her birthday
นางเงือกน้อยไม่สามารถหยุดคิดถึงวันเกิดของเธอได้
the day that she rose out of the sea for the first time
วันที่เธอได้ขึ้นมาจากทะเลเป็นครั้งแรก
similar joyful festivities were celebrated on that day
ในวันนั้นมีการเฉลิมฉลองเทศกาลรื่นเริงที่คล้ายคลึงกัน
she thought about the wonder and hope she felt that day
เธอคิดถึงความมหัศจรรย์และความหวังที่เธอรู้สึกในวันนั้น
with those pleasant memories, she too joined in the dance
ด้วยความทรงจำอันแสนสุขนั้น เธอก็ร่วมเต้นรำด้วย
on her paining feet, she poised herself in the air
เธอยืนด้วยความเจ็บปวดและยกตัวขึ้นในอากาศ
the way a swallow poises itself when in pursued of prey
ท่าทีที่นกนางแอ่นเตรียมตัวเองเมื่อถูกไล่ล่าเหยื่อ
the sailors and the servants cheered her wonderingly
พวกลูกเรือและคนรับใช้ก็โห่ร้องแสดงความยินดีแก่เธออย่างแปลกใจ
She had never danced so gracefully before
เธอไม่เคยเต้นรำได้งดงามเช่นนี้มาก่อน
Her tender feet felt as if cut with sharp knives
เท้าอันอ่อนนุ่มของเธอรู้สึกเหมือนถูกตัดด้วยมีดคมๆ
but she cared little for the pain of her feet
แต่เธอไม่สนใจความเจ็บปวดที่เท้าของเธอเลย
there was a much sharper pain piercing her heart

ความเจ็บปวดที่รุนแรงยิ่งขึ้นแทงทะลุหัวใจของเธอ

She knew this was the last evening she would ever see him
เธอรู้ว่านี่จะเป็นค่ำคืนสุดท้ายที่เธอจะได้เจอเขา
the prince for whom she had forsaken her kindred and home
เจ้าชายผู้ที่เธอละทิ้งญาติพี่น้องและบ้านเรือนของเธอ
She had given up her beautiful voice for him
เธอยอมสละเสียงอันไพเราะของเธอเพื่อเขา
and every day she had suffered unheard-of pain for him
และทุกวันเธอต้องทนทุกข์ทรมานอย่างไม่เคยได้ยินมาก่อนเพราะเขา
she suffered all this, while he knew nothing of her pain
เธอต้องทนทุกข์ทรมานทั้งหมดนี้
ในขณะที่เขาไม่รู้ถึงความเจ็บปวดของเธอเลย
it was the last evening she would breath the same air as him
มันเป็นเย็นวันสุดท้ายที่เธอจะหายใจอากาศเดียวกับเขา
it was the last evening she would gaze on the same starry sky
เป็นเย็นวันสุดท้ายที่เธอจะมองดูท้องฟ้าเต็มไปด้วยดวงดาว
it was the last evening she would gaze into the deep sea
เป็นเย็นวันสุดท้ายที่เธอจะจ้องมองลงไปในท้องทะเลลึก
it was the last evening she would gaze into the eternal night
เป็นค่ำคืนสุดท้ายที่เธอจะจ้องมองไปในราตรีอันนิรันดร์
an eternal night without thoughts or dreams awaited her
คืนอันนิรันดร์ที่ไร้ซึ่งความคิดและความฝันรอคอยเธออยู่
She was born without a soul, and now she could never win one

เธอเกิดมาโดยไม่มีวิญญาณ และตอนนี้เธอไม่มีวันชนะมันได้

All was joy and gaiety on the ship until long after midnight
บนเรือมีแต่ความรื่นเริงและรื่นเริงจนกระทั่งหลังเที่ยงคืนไปนาน
She smiled and danced with the others on the royal ship
นางยิ้มและเต้นรำกับคนอื่นๆ บนเรือหลวง
but she danced while the thought of death was in her heart
แต่นางก็เต้นรำไปพร้อมกับความคิดถึงความตายที่อยู่ในใจ
she had to watch the prince dance with the princess
เธอต้องดูเจ้าชายเต้นรำกับเจ้าหญิง
she had to watch when the prince kissed his beautiful bride
เธอต้องดูตอนที่เจ้าชายจูบเจ้าสาวแสนสวยของเขา
she had to watch her play with the prince's raven hair
เธอต้องดูเธอเล่นกับผมสีดำขลับของเจ้าชาย
and she had to watch them enter the tent, arm in arm
และเธอต้องมองดูพวกเขาเดินเข้าเต็นท์โดยจับมือกัน

After the Wedding
หลังงานแต่งงาน

After they had gone all became still on board the ship
เมื่อทุกคนออกไปแล้วต่างก็หยุดอยู่บนเรือ
only the pilot, who stood at the helm, was still awake
มีแต่กัปตันเรือที่ยืนอยู่ที่หางเสือเท่านั้นที่ยังตื่นอยู่
The little mermaid leaned on the edge of the vessel
นางเงือกน้อยพิงอยู่บนขอบเรือ
she looked towards the east for the first blush of morning
เธอเฝ้ามองไปทางทิศตะวันออกเพื่อดูแสงแรกของรุ่งอรุณ
the first ray of the dawn, which was to be her death
แสงแรกของรุ่งอรุณซึ่งจะเป็นแสงแห่งความตายของเธอ
from far away she saw her sisters rising out of the sea
แต่ไกลก็เห็นน้องสาวของตนโผล่ขึ้นมาจากทะเล
They were as pale with fear as she was
พวกเขาหน้าซีดเพราะความกลัวเช่นเดียวกับเธอ
but their beautiful hair no longer waved in the wind
แต่ผมสวยของพวกเขาก็ไม่พลิ้วไหวตามลมอีกต่อไป
"We have given our hair to the witch," said they
"พวกเรามอบผมของเราให้แม่มดแล้ว" พวกเขากล่าว
"so that you do not have to die tonight"
"เพื่อว่าคุณจะได้ไม่ต้องตายคืนนี้"
"for our hair we have obtained this knife"
"เราได้มีดเล่มนี้มาเพื่อผมของเรา"
"Before the sun rises you must use this knife"
"ก่อนพระอาทิตย์ขึ้นคุณต้องใช้มีดเล่มนี้"
"you must plunge the knife into the heart of the prince"

"เจ้าต้องแทงมีดเข้าไปในหัวใจของเจ้าชาย"
"the warm blood of the prince must fall upon your feet"
"โลหิตอุ่นๆ ของเจ้าชายจะต้องไหลลงมาบนเท้าของคุณ"
"and then your feet will grow together again"
"แล้วเท้าของคุณก็จะงอกขึ้นมาใหม่อีกครั้ง"
"where you have legs you will have a fish's tail again"
"ที่ไหนมีขา ที่นั่นจะมีหางปลาอีก"
"and where you were human you will once more be a mermaid"
"และในที่ที่คุณเคยเป็นมนุษย์ คุณจะกลับเป็นนางเงือกอีกครั้ง"
"then you can return to live with us, under the sea"
"แล้วคุณจะกลับมาอยู่กับเราใต้ท้องทะเลได้"
"and you will be given your three hundred years of a mermaid"
"และเจ้าจะได้รับชีวิตนางเงือกสามร้อยปี"
"and only then will you be changed into the salty sea foam"
"แล้วท่านจึงจะเปลี่ยนไปเป็นโฟมทะเลเค็ม"
"Haste, then; either he or you must die before sunrise"
"รีบไปเถิด เขาหรือเจ้าจะต้องตายก่อนพระอาทิตย์ขึ้น"
"our old grandmother mourns for you day and night"
"คุณย่าของเราโศกเศร้าถึงคุณทั้งวันทั้งคืน"
"her white hair is falling out"
"ผมขาวของเธอหลุดร่วง"
"just as our hair fell under the witch's scissors"
"เหมือนกับว่าผมของเราตกอยู่ใต้กรรไกรของแม่มด"
"Kill the prince, and come back," they begged her
"ฆ่าเจ้าชายแล้วกลับมา" พวกเขาวิงวอนเธอ
"Do you not see the first red streaks in the sky?"

"คุณไม่เห็นเส้นแดงแรกบนท้องฟ้าเหรอ?"
"In a few minutes the sun will rise, and you will die"
"อีกไม่กี่นาทีพระอาทิตย์จะขึ้น และคุณจะต้องตาย"
having done their best, her sisters sighed deeply
พี่สาวของเธอถอนหายใจอย่างโล่งอกเมื่อทำดีที่สุดแล้ว
mournfully her sisters sank back beneath the waves
น้องสาวของเธอจมลงไปใต้คลื่นอย่างเศร้าโศก
and the little mermaid was left with the knife in her hands
และนางเงือกน้อยก็ถูกทิ้งไว้พร้อมมีดในมือของเธอ

she drew back the crimson curtain of the tent
เธอดึงม่านสีแดงเข้มของเต็นท์ออก
and in the tent she saw the beautiful bride
และในเต็นท์นั้นเธอได้เห็นเจ้าสาวที่สวยงาม
her face was resting on the prince's breast
ใบหน้าของเธอพักอยู่บนหน้าอกของเจ้าชาย
and then the little mermaid looked at the sky
แล้วนางเงือกน้อยก็มองดูท้องฟ้า
on the horizon the rosy dawn grew brighter and brighter
รุ่งอรุณอันสดใสบนขอบฟ้าก็สว่างไสวขึ้นเรื่อยๆ
She glanced at the sharp knife in her hands
เธอเหลือบมองมีดคมในมือของเธอ
and again she fixed her eyes on the prince
แล้วนางก็จ้องดูเจ้าชายอีกครั้ง
She bent down and kissed his noble brow
เธอโน้มตัวลงมาจูบคิ้วอันสง่างามของเขา
he whispered the name of his bride in his dreams

เขาพูดกระซิบชื่อเจ้าสาวของเขาในความฝัน
he was dreaming of the princess he had married
เขาฝันถึงเจ้าหญิงที่เขาแต่งงานด้วย
the knife trembled in the hand of the little mermaid
มีดสั่นอยู่ในมือของนางเงือกน้อย
but she flung the knife far into the sea
แต่เธอกลับโยนมีดไปไกลลงในทะเล

where the knife fell the water turned red
ตรงที่มีดตกน้ำก็กลายเป็นสีแดง
the drops that spurted up looked like blood
หยดที่พุ่งออกมามีลักษณะเหมือนเลือด
She cast one last look upon the prince she loved
เธอเหลือบมองเจ้าชายที่เธอรักเป็นครั้งสุดท้าย
the sun pierced the sky with its golden arrows
พระอาทิตย์ส่องประกายแสงสีทองลงสู่ท้องฟ้า
and she threw herself from the ship into the sea
แล้วเธอก็โยนตัวเองจากเรือลงสู่ทะเล
the little mermaid felt her body dissolving into foam
นางเงือกน้อยรู้สึกว่าร่างกายของเธอละลายกลายเป็นฟอง
and all that rose to the surface were bubbles of air
และสิ่งที่ลอยขึ้นมาบนผิวน้ำก็เป็นเพียงฟองอากาศ
the sun's warm rays fell upon the cold foam
แสงอาทิตย์อุ่นสาดส่องลงบนโฟมเย็น
but she did not feel as if she were dying
แต่เธอไม่ได้รู้สึกเหมือนกำลังจะตาย
in a strange way she felt the warmth of the bright sun

เธอรู้สึกถึงความอบอุ่นของดวงอาทิตย์ที่สดใสอย่างแปลกประหลาด

she saw hundreds of beautiful transparent creatures
เธอได้เห็นสิ่งมีชีวิตที่สวยงามโปร่งใสเป็นจำนวนนับร้อย
the creatures were floating all around her
สิ่งมีชีวิตต่างล่องลอยอยู่รอบๆ ตัวเธอ
through the creatures she could see the white sails of the ships
ผ่านสิ่งมีชีวิตต่างๆ เธอสามารถมองเห็นใบเรือสีขาวได้
and between the sails of the ships she saw the red clouds in the sky
และระหว่างใบเรือก็มองเห็นเมฆสีแดงบนท้องฟ้า
Their speech was melodious and childlike
คำพูดของพวกเขาไพเราะและเด็กๆ
but their speech could not be heard by mortal ears
แต่คำพูดของพวกเขาไม่ได้ยินด้วยหูของมนุษย์
nor could their bodies be seen by mortal eyes
และร่างกายของพวกเขาก็จะไม่สามารถมองเห็นได้ด้วยตาของมนุษย์
The little mermaid perceived that she was like them
นางเงือกน้อยรู้สึกว่าตนเองก็เหมือนกับพวกเขา
and she felt that she was rising higher and higher
และเธอก็รู้สึกว่าตัวเองสูงขึ้นเรื่อยๆ
"Where am I?" asked she, and her voice sounded ethereal
"ฉันอยู่ที่ไหน" เธอถาม และเสียงของเธอฟังดูราวกับเป็นทิพย์
there is no earthly music that could imitate her
ไม่มีดนตรีทางโลกใดที่จะเลียนแบบเธอได้

"you are among the daughters of the air," answered one of them
"ท่านอยู่ในบรรดาธิดาแห่งอากาศ" คนหนึ่งตอบ
"A mermaid has not an immortal soul"
"นางเงือกไม่มีวิญญาณที่เป็นอมตะ"
"nor can mermaids obtain immortal souls"
"นางเงือกก็ไม่สามารถมีวิญญาณอมตะได้"
"unless she wins the love of a human being"
"เว้นแต่เธอจะได้รับความรักจากมนุษย์"
"on the will of another hangs her eternal destiny"
"ชะตากรรมนิรันดร์ของเธอขึ้นอยู่กับความปรารถนาของผู้อื่น"
"like you, we do not have immortal souls either"
"เช่นเดียวกับคุณ เราก็ไม่ได้มีวิญญาณอมตะเช่นกัน"
"but we can obtain an immortal soul by our deeds"
"แต่เราสามารถได้รับวิญญาณที่เป็นอมตะด้วยการกระทำของเรา"
"We fly to warm countries and cool the sultry air"
"เราบินไปยังประเทศอบอุ่นและทำให้บรรยากาศอบอ้าวเย็นสบาย"
"the heat that destroys mankind with pestilence"
"ความร้อนที่ทำลายล้างมนุษยชาติด้วยโรคระบาด"
"We carry the perfume of the flowers"
"เรานำกลิ่นหอมของดอกไม้"
"and we spread health and restoration"
"และเราเผยแพร่สุขภาพและการฟื้นฟู"

"for three hundred years we travel the world like this"
"เราเดินทางรอบโลกแบบนี้มาเป็นเวลาสามร้อยปีแล้ว"
"in that time we strive to do all the good in our power"

"เมื่อถึงเวลานั้น เราก็จะพยายามทำความดีให้เต็มที่เท่าที่เราทำได้"
"if we succeed we receive an immortal soul"
"ถ้าเราประสบความสำเร็จ เราก็จะได้รับวิญญาณที่เป็นอมตะ"
"and then we too take part in the happiness of mankind"
"แล้วเราก็ได้มีส่วนในความสุขของมวลมนุษยชาติด้วย"
"You, poor little mermaid, have done your best"
"เจ้านางเงือกน้อยผู้สงสาร เจ้าได้ทำดีที่สุดแล้ว"
"you have tried with your whole heart to do as we are doing"
"ท่านได้พยายามด้วยใจทั้งดวงที่จะทำอย่างที่เราทำ"
"You have suffered and endured an enormous pain"
"ท่านได้ทนทุกข์และทนทุกข์ทรมานอย่างแสนสาหัส"
"by your good deeds you raised yourself to the spirit world"
"ด้วยคุณความดีของคุณ
คุณจึงได้ยกระดับตัวเองขึ้นสู่โลกแห่งวิญญาณ"
"and now you will live alongside us for three hundred years"
"และบัดนี้เจ้าก็จะอยู่ร่วมกับเราไปอีกสามร้อยปี"
"by striving like us, you may obtain an immortal soul"
"ด้วยการดิ้นรนเช่นเดียวกับเรา คุณจะได้วิญญาณที่เป็นอมตะ"
The little mermaid lifted her glorified eyes toward the sun
นางเงือกน้อยเงยหน้าขึ้นมองพระอาทิตย์อย่างสง่างาม
for the first time, she felt her eyes filling with tears
เป็นครั้งแรกที่เธอรู้สึกว่าดวงตาของเธอเต็มไปด้วยน้ำตา

On the ship she had left there was life and noise
บนเรือที่เธอทิ้งไว้เต็มไปด้วยชีวิตและเสียงอันดัง
she saw the prince and his beautiful bride searching for her
เธอเห็นเจ้าชายและเจ้าสาวแสนสวยของเขากำลังตามหาเธอ

Sorrowfully, they gazed at the pearly foam
พวกเขาจ้องมองฟองสีมุกด้วยความเศร้าโศก
it was as if they knew she had thrown herself into the waves
เหมือนกับว่าพวกเขารู้ว่าเธอโยนตัวเองลงไปในคลื่น
Unseen, she kissed the forehead of the bride
โดยไม่มีใครเห็นเธอจึงจูบหน้าผากเจ้าสาว
and then she rose with the other children of the air
แล้วนางก็ลุกขึ้นพร้อมกับเด็กคนอื่นๆ ในอากาศ
together they went to a rosy cloud that floated above
พวกเขาพากันไปยังก้อนเมฆสีชมพูที่ลอยอยู่เหนือศีรษะ

"After three hundred years," one of them started explaining
"ผ่านไปสามร้อยปีแล้ว" หนึ่งในพวกเขาเริ่มอธิบาย
"then we shall float into the kingdom of heaven," said she
"แล้วเราจะลอยเข้าไปสู่แผ่นดินสวรรค์" เธอกล่าว
"And we may even get there sooner," whispered a companion
"เราอาจจะไปถึงที่นั่นเร็วขึ้นด้วยซ้ำ" เพื่อนคนหนึ่งกระซิบ
"Unseen we can enter the houses where there are children"
"เราสามารถเข้าไปในบ้านที่มีเด็กๆ ได้โดยที่ไม่มีใครเห็น"
"in some of the houses we find good children"
"ในบางบ้านเราก็พบเด็กดี"
"these children are the joy of their parents"
"ลูกๆ เหล่านี้คือความสุขของพ่อแม่"
"and these children deserve the love of their parents"
"และลูกๆ เหล่านี้สมควรได้รับความรักจากพ่อแม่ของพวกเขา"
"such children shorten the time of our probation"
"เด็กเช่นนี้ทำให้ระยะเวลาทดลองงานของเราสั้นลง"

"The child does not know when we fly through the room"
"เด็กไม่รู้ว่าเราบินผ่านห้องไป"

"and they don't know that we smile with joy at their good conduct"
"และเขาไม่รู้ว่าเรายิ้มด้วยความยินดีในความประพฤติอันดีของเขา"

"because then our judgement comes one day sooner"
"เพราะว่าการตัดสินของเรานั้นจะเกิดขึ้นเร็วขึ้นอีกหนึ่งวัน"

"But we see naughty and wicked children too"
"แต่เราก็เห็นเด็กเกเรและเลวเหมือนกัน"

"when we see such children we shed tears of sorrow"
"เมื่อเราเห็นเด็ก ๆ เช่นนี้ เราก็จะหลั่งน้ำตาด้วยความเศร้าโศก"

"and for every tear we shed a day is added to our time"
"และสำหรับทุกๆ น้ำตาที่เราหลั่งออกมา
วันหนึ่งก็จะเพิ่มเข้าไปในเวลาของเรา"

www.tranzlaty.com

www.ingramcontent.com/pod-product-compliance
Lightning Source LLC
Chambersburg PA
CBHW012006090526
44590CB00026B/3893
* 9 7 8 1 8 3 5 6 6 9 4 2 6 *